GIỌT
MỒ HÔI
THANH THẢN

GIỌT MỒ HÔI THANH THẢN
NGUYÊN MINH

Bản quyền thuộc về tác giả và Nhà xuất bản Liên Phật Hội (United Buddhist Publisher - UBP).

Copyright © 2016 by Nguyen Minh
ISBN-13: 978-1981594214
ISBN-10: 1981594213

© All rights reserved. No part of this book may be reproduced by any means without prior written permission from the publisher.

NGUYÊN MINH

GIỌT MỒ HÔI THANH THẢN

UNITED BUDDHIST PUBLISHER
NHÀ XUẤT BẢN LIÊN PHẬT HỘI

THAY LỜI TỰA

Tôi vẫn luôn tin rằng một trong những vốn liếng quý giá nhất của con người chính là sự vững tin vào khía cạnh lạc quan của cuộc sống. Chừng nào mà niềm tin này vẫn còn được giữ vững, chúng ta sẽ luôn có đủ nghị lực để vượt qua tất cả khó khăn và đối mặt với những khổ đau, bất hạnh. Ngược lại, nếu ai đó đánh mất đi niềm tin này thì sẽ là nỗi bất hạnh lớn lao nhất cho người ấy, vì những khổ đau rất thường gặp trong cuộc sống sẽ dễ dàng làm cho người ấy suy sụp tinh thần và gục ngã.

Nói như vậy không có nghĩa là chúng ta phải luôn nhìn đời qua một cặp kiếng hồng. Bởi vì trong thực tế thì cuộc sống chưa bao giờ và cũng sẽ không bao giờ chỉ toàn những điều tốt đẹp. Sự thật là chúng ta đã sinh ra và lớn lên trong vô vàn những khổ đau vây quanh. Ngay cả những mảnh đời được xem là may mắn nhất cũng không hề vắng bóng của khổ đau. Và việc đối mặt với sự thật này lại chính là điều tất yếu nhất để mỗi chúng ta có thể tự vươn lên tìm cho mình một giá trị đích thực trong cuộc sống.

Vững tin vào khía cạnh lạc quan của đời sống có nghĩa là nhìn xuyên qua lớp mây mù trùng trùng giăng bủa của những khổ đau và bất hạnh để thấy được có một mặt trời hồng tươi rực rỡ vẫn luôn tỏa sáng. Cho dù những gì chúng ta phải đối mặt mỗi ngày luôn có vẻ như vui ít buồn nhiều, nhưng điều đó không ngăn cản chúng ta nhìn sâu vào bản chất của đời sống để thấy được những giá trị lạc quan chân thật cần đạt đến.

Ngay cả khi cuộc sống vẫn còn đầy dẫy khó khăn và bộn bề những lo toan, vất vả, chúng ta vẫn có thể vững tin được rằng ý nghĩa đích thực của đời sống này không chỉ là ngày qua ngày cam chịu những khổ đau dằn vặt, mà sự thật là mỗi người chúng ta đều có khả năng đạt đến một trạng thái tinh thần an vui thanh thản bằng vào những nỗ lực của chính mình.

Điều này cũng giống như giữa một cơn mưa giông với mây đen mịt mù bao phủ, chúng ta vẫn có thể biết chắc rằng bên kia lớp mây đen mù mịt kia luôn tồn tại một mặt trời chói chang rực sáng. Tuy nhiên, sự khác biệt lớn lao ở đây là, đám mây đen mù mịt của những khổ đau và bất hạnh quanh ta sẽ không bao giờ tự nó tan biến đi như trong trường hợp của một cơn mưa giông. Vì thế, chúng ta không thể ngồi yên chờ đợi điều đó xảy ra mà cần có những nỗ lực nhất định trong việc học hỏi và rèn luyện một nếp sống tích cực, cũng như thực hành những phương thức thích hợp mang đến cho tâm hồn một sức mạnh nhằm có thể đối mặt và vượt qua đau khổ. Có như vậy, ta mới có thể xua tan được những đám mây đen ảm đạm do khổ đau và bất hạnh gây ra trong tâm hồn chúng ta.

Trong một tập sách nhan đề "Hạnh phúc là điều có thật"[1] được xuất bản trước đây, tôi đã có dịp chia sẻ với độc giả một số vấn đề về việc làm thế nào để có thể nhận rõ và đạt được niềm vui trong cuộc sống. Chỉ ít lâu sau khi tập sách được phát hành, tôi đã nhận được khá nhiều thông tin phản hồi từ bạn đọc. Trong số đó, không ít người đã đề cập đến những khó khăn nhất định mà chúng ta luôn vấp phải trong thực tế khi thực hành những phẩm chất tốt đẹp để đạt đến hạnh phúc. Chẳng hạn, chúng ta có thể thực hành sự cảm thông và tha thứ với những người thân trong gia đình một cách dễ dàng

---

[1] Hạnh phúc là điều có thật - Nguyên Minh, NXB Văn hóa Thông tin, 2004.

hơn so với khi phải đối mặt với một bạn đồng nghiệp xấu tính hoặc một ông xếp hay cáu gắt. Vấn đề càng trở nên khó khăn hơn rất nhiều nếu chúng ta không may rơi vào những môi trường làm việc không như mong muốn, hoặc phải làm những công việc không hoàn toàn đúng với chuyên môn hoặc sở thích của bản thân. Nhưng trong thực tế thì điều này lại rất thường xảy ra, và chúng ta dường như có rất ít sự lựa chọn ngoài việc phải cố gắng để thích nghi với những gì mà cuộc sống mang đến.

Tất cả chúng ta đều không thể chỉ sống co mình trong môi trường gia đình, mà bắt buộc phải có rất nhiều mối quan hệ khác trong công việc, trong giao tế... Ít nhất, chúng ta ai cũng cần phải có một công việc để nuôi sống bản thân và gia đình. Và mối quan hệ trong công việc bao giờ cũng có những khó khăn, căng thẳng hơn so với mối quan hệ với những người thân trong gia đình.

Do đó, sự thật là việc thực hành một nếp sống thanh thản sẽ không dễ dàng chút nào khi chúng ta phải đối mặt với vô số những lo toan và áp lực, chẳng hạn như những yêu cầu căng thẳng của công việc hay những cách ứng xử rất "khó chịu" của người khác. Trong rất nhiều trường hợp, cung cách ứng xử hằng ngày của chúng ta thường không chỉ xuất phát từ bản chất tự thân, mà có vẻ như còn là một tấm gương phản chiếu những áp lực ta đang phải gánh chịu từ cuộc sống.

Không chỉ vậy, áp lực của công việc thường khi còn ảnh hưởng đến cả cuộc sống trong gia đình. Một người chồng đi làm về mệt nhoài sau một ngày quá bận rộn thường không dễ nở nụ cười cảm thông và tha thứ với một sai lầm nào đó của người vợ, nhất là khi anh ta nghĩ rằng chỉ có mình là người khó nhọc nhất trong gia đình! Con cái cũng thường phải gánh chịu những cơn nóng giận vô cớ của cha mẹ khi họ trở về nhà trong trạng thái quá mệt mỏi sau một ngày làm việc căng thẳng.

Tất cả những điều đó, nếu được nhận thức trong một tâm trạng bình tĩnh và sáng suốt thì bất cứ ai trong chúng ta cũng đều phải thừa nhận là vô lý và chẳng mang lại kết quả tốt đẹp gì! Nhưng với một tâm trạng mệt mỏi và căng thẳng thì chúng lại rất thường xảy ra như một tiến trình hoàn toàn tự nhiên đến nỗi rất ít khi chúng ta tự đặt câu hỏi về sự vô lý của chính mình. Vấn đề ở đây là, "tiến trình tự nhiên" đó thật ra hoàn toàn có thể thay đổi được theo hướng tốt đẹp hơn nếu chúng ta biết quay lại quan sát chính bản thân mình để thấy được những cách ứng xử như thế nào là thực sự có lợi trong từng trường hợp.

Thời gian làm việc của chúng ta bao giờ cũng chiếm một tỷ lệ khá lớn trong cuộc sống hằng ngày, cho dù là ta đang giữ bất cứ vị trí nào trong xã hội. Vì thế, qua công việc chúng ta không chỉ nhận được những giá trị vật chất bằng vào sức lao động của bản thân, mà còn có cả những giá trị tinh thần trong cuộc sống. Qua giao tiếp trong công việc, chúng ta có cơ hội tiếp xúc và tạo ra tình cảm gắn bó với nhiều người. Qua công việc, chúng ta học được cung cách ứng xử với người khác cũng như rất nhiều ý nghĩa cao đẹp trong cuộc sống. Và cũng qua công việc mà chúng ta có thể tìm được niềm vui sống, thực hiện được những điều có ý nghĩa đóng góp tích cực cho xã hội, cũng như rèn luyện năng lực thể chất lẫn tinh thần để vươn lên hoàn thiện bản thân mình.

Mặc dù vậy, trong khi những giá trị vật chất luôn có thể đo đếm được, thì những giá trị tinh thần lại rất nhiều khi bị lãng quên, không được quan tâm đến. Nhưng cho dù chúng ta có thể lãng quên, không quan tâm đến chúng, thì những giá trị ấy vẫn luôn tác động một cách vô cùng cụ thể đến trạng thái tinh thần của ta trong đời sống hằng ngày.

Nói một cách khác, chính những giá trị tinh thần mới là yếu tố quyết định việc chúng ta có được một cuộc sống an vui hạnh phúc hay không. Chúng ta có thể nỗ lực làm việc vất vả để có được nhiều giá trị vật chất hơn, nhưng chúng ta không thể bằng vào cách đó để có được những giá trị tinh thần. Những giá trị tinh thần chỉ có thể đạt được qua việc điều chỉnh những nhận thức sai lầm, thực hành nếp sống tốt đẹp và rèn luyện tâm hồn theo những chuẩn mực, giá trị đạo đức nhất định.

Về mặt vật chất, để nhận được từ xã hội những gì cần có trong cuộc sống, chúng ta nhất thiết phải có phần đóng góp của riêng mình cho xã hội, và sự hợp lý trong mối quan hệ hai chiều này luôn thể hiện tính công bằng của xã hội mà ta đang sống. Nếu có những người muốn nhận được rất nhiều từ xã hội nhưng lại không có những đóng góp thỏa đáng, tính công bằng của xã hội đó sẽ có nguy cơ bị phá vỡ. Vì thế, nếu chúng ta mong muốn xây dựng một xã hội công bằng thì điều trước hết là chính bản thân ta phải cố gắng thực hiện tốt phần đóng góp của mình cho xã hội.

Nhưng khi xét đến những giá trị tinh thần thì không phải như vậy. Ngay cả trong một xã hội công bằng lý tưởng, khi tất cả mọi người đều cảm thấy hài lòng với những giá trị vật chất có được bằng vào sức lao động của bản thân, thì cũng chưa hẳn họ đã có thể nhận được những giá trị tinh thần tương ứng. Nói cách khác, phần giá trị tinh thần mà mỗi người có được - vốn cũng quan trọng không kém phần giá trị vật chất - lại không hề được phân chia theo phần đóng góp cho xã hội, mà luôn tùy thuộc vào tính chất đúng đắn của những nhận thức về cuộc sống cũng như sự tu dưỡng nội tâm của mỗi người.

Mặt khác, nếu như ai đó nhận được quá nhiều những giá trị vật chất nhưng lại đóng góp quá ít cho xã hội, người ấy sẽ bị xem là một thành phần ăn bám hoặc bóc lột sức lao động của người khác, và sẽ luôn bị xã hội khinh chê, ghét bỏ.

Nhưng hoàn toàn ngược lại, nếu như bạn có khả năng nhận được rất nhiều những giá trị tinh thần trong công việc, điều đó sẽ luôn tạo ra một sự kính phục, ngưỡng mộ nơi những người khác. Và sự khác biệt - cho dù rất lớn - giữa mọi người về những giá trị tinh thần mà họ nhận được không bao giờ có thể xem là dấu hiệu của sự bất công.

Vì sao có sự khác biệt như vừa nói? Vì khi có ai đó nhận được phần giá trị vật chất quá nhiều so với sự đóng góp của họ, thì tất yếu là phải có những người khác mất đi một phần giá trị vật chất mà lẽ ra họ phải nhận được. Nhưng khi bạn nhận được rất nhiều những giá trị tinh thần, sẽ không có bất cứ ai bị giảm mất phần chia của mình. Ngược lại, người có khả năng nhận được nhiều giá trị tinh thần trong công việc lại cũng đồng thời mang lại rất nhiều giá trị tinh thần tích cực cho những người quanh mình.

Nhưng trong thực tế, khi chọn lựa một công việc để mưu sinh, chúng ta thường ít khi có cơ hội để quan tâm đến những điều khác ngoài tiền lương và những yêu cầu của công việc. Một công việc vừa với khả năng và mức lương "đủ sống" bao giờ cũng đã là mơ ước của rất nhiều người. Những vấn đề khác, chẳng hạn như môi trường làm việc, những mối quan hệ trong công việc... thường không mấy khi được đưa vào các tiêu chuẩn chọn lựa, cho dù trong thực tế chúng luôn có ảnh hưởng sâu xa đến niềm vui sống mỗi ngày của chúng ta.

Và như đã nói, một khi không thể chọn lựa được những điều kiện tốt đẹp như mong muốn, thì điều duy nhất mà chúng ta có thể làm không gì khác hơn là phải biết cách thích nghi tốt với những điều kiện hiện có. Hơn thế nữa, có vẻ như đây mới chính là vấn đề khả thi cho tất cả chúng ta, bởi vì trong thực tế thì bên cạnh những khó khăn cũng như những điều trái ý, mọi môi trường hay điều kiện làm việc đều luôn có những khía cạnh tích cực, tốt đẹp nào đó. Chỉ cần chúng ta biết nhận ra điều ấy thì việc thích nghi tốt với môi trường làm việc sẽ không phải là điều không thể được.

Cho dù là những công nhân làm việc trong nhà máy, trên công trường, hay những người làm công việc quản lý hoặc lao động trí óc, tất cả chúng ta ngày ngày đều phải đổ mồ hôi trong công việc, ít nhất cũng là để nuôi sống bản thân và gia đình. Tuy nhiên, bao giờ cũng vậy, luôn có những giọt mồ hôi nhỏ xuống trong sự bực dọc, cáu gắt hoặc bất mãn, và cũng có những giọt mồ hôi nhỏ xuống trong sự vui tươi, thanh thản của tâm hồn. Tập sách mỏng này chính là muốn chia sẻ với các bạn đôi điều về những giọt mồ hôi thanh thản, những giọt mồ hôi luôn mang lại cho bạn cả giá trị vật chất cũng như những giá trị tinh thần cao quý nhất!

Mục đích của công việc

Tất cả chúng ta đều phải làm việc. Tuy nhiên, mỗi người có thể nghĩ về mục đích của công việc theo một cách khác nhau, và điều này tùy thuộc vào loại công việc đang làm cũng như vai trò, vị trí ta đang nắm giữ trong xã hội. Nhưng yếu tố quan trọng hơn hết chính là nhận thức của bản thân chúng ta về ý nghĩa của công việc mình đang làm. Bởi vì, chỉ cần ta nhận thức khác đi về ý nghĩa của công việc đang làm, thì ngay lập tức ta sẽ thấy mục đích của công việc ấy cũng thay đổi khác đi.

Một người làm công có thể chỉ xem công việc của mình chỉ là một phương tiện để kiếm sống. Bao lâu mà người chủ thuê còn chấp nhận trả lương cho anh ta theo mức bình thường thì anh ta sẽ tiếp tục công việc của mình mà không cần quan tâm suy nghĩ đến những ý nghĩa khác của công việc đó. Xuất phát từ nhận thức này, mọi quan hệ của anh ta với công việc, với người chủ thuê, với bạn đồng nghiệp... sẽ chỉ là xuất phát từ nhu cầu tiền bạc. Và ý nghĩa công việc làm của anh ta không gì khác hơn là một phương tiện để kiếm tiền.

Nhưng nếu có một hôm người ấy chợt nhận ra và thay đổi nhận thức về công việc. Anh ta có thể sẽ thấy là cách nghĩ trước đây của mình thật hẹp hòi và không đúng với sự thực. Bởi vì trong thực tế thì công việc mà anh ta đang làm không chỉ mang lại tiền lương mỗi tháng, nó còn mang lại nhiều ý nghĩa khác nữa cho cuộc sống này.

Trước hết, bất cứ công việc nào cũng mang ý nghĩa phục vụ cho người khác, cho dù là trực tiếp hay gián tiếp. Bởi vì chính qua việc phục vụ những người khác mà công việc mới có thể mang lại cho chúng ta tiền bạc, lợi nhuận. Như đã nói, trong mối quan hệ hai chiều giữa chúng ta và xã hội thì chính công việc là phần đóng góp của chúng ta, và tiền lương là một trong những biểu hiện cụ thể của những gì ta nhận được từ xã hội.

Khi chúng ta làm công việc sản xuất hay dịch vụ, ý nghĩa phục vụ người khác rất dễ dàng nhận biết, bởi vì luôn có những khách hàng sử dụng sản phẩm của chúng ta hoặc được chúng ta trực tiếp phục vụ. Tuy nhiên, hết thảy mọi công việc khác cũng đều không ngoài ý nghĩa phục vụ người khác. Một nhà thơ, một nhạc sĩ, hay những người làm nghệ thuật nói chung, thường không trực tiếp phục vụ cho bất cứ ai, nhưng có rất nhiều người nhận được lợi ích từ việc làm của họ. Bởi vì một bài thơ hay, một khúc nhạc êm ái, một bức tranh đẹp... tất cả đều là những nhu cầu tinh thần thiết yếu của chúng ta trong cuộc sống. Ngay cả những vị tu sĩ có vẻ như không trực tiếp làm ra gì cả, nhưng thực tế lại là những chỗ dựa tinh thần vững chắc, những tấm gương đạo đức tốt đẹp giúp tạo ra một sự quân bình cần thiết cho xã hội bon chen này. Vì thế, họ lại chính là những người phục vụ người khác nhiều nhất, và bao giờ cũng nhiều hơn những gì họ nhận được từ xã hội...

Nhận thức về ý nghĩa phục vụ người khác sẽ cho chúng ta có một cái nhìn đúng hơn về công việc mình đang làm. Một công nhân ngồi may từng chiếc áo nên nghĩ đến những người sẽ mặc chiếc áo của mình may; một người phu quét đường nên nghĩ đến niềm vui và sự thoải mái của những người được đi trên con đường sạch đẹp, cho đến người công nhân lắp máy cũng nên nghĩ đến những người sẽ được ngồi trên chiếc xe do mình lắp ráp... Cho dù bạn đang làm bất cứ loại công việc nào, tôi đoan chắc là luôn có những người khác nhận được sự phục vụ của bạn, và do đó sẽ luôn có những người khác sẽ được thoải mái hơn, vui vẻ hơn nếu bạn cố gắng làm tốt hơn công việc của mình.

Ý nghĩa phục vụ người khác không chỉ tồn tại trong mối quan hệ giữa chúng ta với những người sử dụng sản phẩm, dịch vụ... Ý nghĩa phục vụ còn tồn tại cả trong quan hệ giữa người làm công với người chủ thuê, giữa những nhân viên với người lãnh đạo của mình trong công việc... cho dù chúng ta thường ít khi quan tâm đến khía cạnh này.

Trong mối quan hệ bề mặt, người chủ thuê trả tiền lương để những người làm công thực hiện công việc cho họ. Vì thế, chúng ta thường nghĩ là người làm công đang phục vụ cho người chủ thuê. Tuy nhiên, nếu xét kỹ chúng ta sẽ thấy rằng cách hiểu như thế chỉ là một chiều, và do đó là chưa đầy đủ. Hãy thử đặt câu hỏi: Làm thế nào mà người chủ thuê có tiền để chi trả cho những người làm công? Rõ ràng là, để làm được điều đó, anh ta luôn phải chịu trách nhiệm về hiệu quả của công việc, về phần lợi nhuận đủ để chi trả cho tất cả những người làm công. Một người làm công chỉ cần làm xong việc là có thể tin chắc mình sẽ nhận được tiền lương, nhưng với người chủ thuê thì điều đó có vẻ không được chắc chắn như vậy. Nếu sản phẩm làm ra không tiêu thụ được hoặc phải bán với giá thấp dẫn đến thua lỗ, anh ta buộc sẽ phải bỏ tiền túi ra để bù vào khoản tiền lương cố định của những người làm công.

Như vậy, xét trong ý nghĩa này thì người chủ thuê chính là đang phục vụ những người làm công qua việc chịu trách nhiệm mang về khoản tiền lương cho từng người tương xứng với phần công việc mà họ đã làm. Chỉ khi nào anh ta làm tốt công việc phục vụ đó thì những người làm công mới có thể yên tâm không sợ bị mất việc vì sự phá sản của anh ta. Nếu thấy được ý nghĩa này, những người làm công sẽ dễ dàng hơn trong việc cảm thông với những khó khăn của người chủ thuê; và ngược lại, người chủ thuê sẽ thấy rõ hơn phần trách nhiệm lớn lao của mình, không chỉ là mối quan hệ tiền lương và công việc, mà còn có ý nghĩa phục vụ đời sống của những người làm công cùng với gia đình của họ.

Tương tự như vậy, những nhân viên trong một tổ chức khi phục tùng mệnh lệnh của người lãnh đạo không chỉ là đang phục vụ cho người ấy, mà sự thật là người lãnh đạo cũng đang phục vụ những nhân viên của mình qua việc điều hành tốt công việc của tổ chức để có thể mang lại hiệu quả cao và đưa cả tập thể đó vươn lên.

Nếu tất cả chúng ta đều nhận thức được ý nghĩa phục vụ người khác qua công việc của mình, thì điều tất nhiên là mục đích của công việc mà ta đang làm sẽ được mở rộng hơn, nâng cao hơn đúng với những giá trị thật có của nó.

Ý nghĩa thứ hai của công việc chính là sự nương tựa và giúp đỡ lẫn nhau. Trong ý nghĩa này, bạn sẽ nhận ra rằng tất cả chúng ta đều nương tựa vào nhau để có thể tồn tại, đều giúp đỡ lẫn nhau trong việc hoàn thành công việc của mỗi người. Không có sự nương tựa và giúp đỡ lẫn nhau thì không ai có thể làm được bất cứ việc gì có ích trong xã hội này.

Những người làm thuê nương tựa vào người chủ thuê để có được công việc và tiền lương, nhưng đồng thời người chủ thuê cũng nương tựa vào những người làm thuê để có được phần lợi nhuận của mình. Những người làm thuê giúp đỡ người chủ thuê thực hiện công việc để thu về lợi nhuận, nhưng đồng thời người chủ thuê cũng giúp đỡ họ có được một công việc ổn định và thu nhập thỏa đáng để nuôi sống bản thân và gia đình. Trong mối quan hệ hai chiều này, cả hai bên đều cần đến sự giúp đỡ của bên kia, đều nương tựa vào bên kia để có thể sống được.

Ngay cả trong mối quan hệ giữa những người cùng làm việc, chúng ta cũng có thể thấy được tính chất nương tựa và giúp đỡ lẫn nhau. Bạn không thể thực hiện công việc một cách có hiệu quả nếu như những người đồng nghiệp luôn gây khó khăn, cản trở hoặc không làm tốt những phần việc của họ. Vì thế, khi bạn làm tốt công việc của mình thì có nghĩa là bạn cũng đồng thời giúp đỡ các bạn đồng nghiệp dễ dàng hơn trong việc thực hiện công việc của họ. Và khi bạn có thể thực hiện tốt công việc của mình thì điều đó cũng có nghĩa là bạn đã nhận được một sự giúp đỡ nhất định từ những người đồng nghiệp.

Khi nhận thức được ý nghĩa nương tựa và giúp đỡ lẫn nhau trong công việc, mối quan hệ giữa những người đồng nghiệp, cũng như giữa người chủ thuê với những người làm công, tất cả đều sẽ được mở rộng hơn và trở nên tốt đẹp hơn đúng với những giá trị thật có. Mọi người sẽ có sự tôn trọng lẫn nhau và luôn biết ơn về những gì mà người khác đã làm cho mình. Nhờ đó, môi trường làm việc của chúng ta chắc chắn sẽ trở nên hài hòa tốt đẹp hơn, thân thiện hơn, và do đó bản thân mỗi người cũng sẽ thanh thản hơn. Và chúng ta sẽ thấy rằng mục đích của công việc mình đang làm không chỉ đơn thuần là để có được tiền lương, mà thật ra còn là một phần quan trọng trong cuộc sống, góp phần tạo nên những giá trị đích thực cho cuộc sống mỗi người.

Những điều trông thấy mà đau đớn lòng...

Thật không may là những gì chúng ta vừa bàn đến trong thực tế hầu như vẫn còn khá xa lạ trong suy nghĩ và nhận thức của rất nhiều người. Môi trường làm việc của đa số chúng ta hầu như vẫn còn bao phủ trong những bầu không khí nặng nề của sự thiếu cảm thông và đối kháng lẫn nhau. Mặt khác, còn có những điều kiện khách quan như sự khó nhọc, mệt mỏi vì công việc, sự nhàm chán với những công việc không thích hợp hoặc thường xuyên lặp lại mỗi ngày, sự khác biệt về quan điểm, sở thích hay cung cách ứng xử với những người đồng nghiệp hoặc ngay cả đối với những ông chủ, bà chủ... Tất cả đều là những yếu tố góp phần tạo nên sự căng thẳng trong công việc, dễ dàng làm cho chúng ta trở nên cáu gắt và bực dọc, cũng như đẩy lùi hầu hết những ý tưởng về một nếp sống thanh thản, an vui và hạnh phúc.

Kết quả thống kê trong nhiều cuộc nghiên cứu gần đây[1] cho thấy tại Hoa Kỳ có khoảng một nửa những người đang làm việc không hoàn toàn hài lòng với công việc của mình. Hơn thế nữa, những phân tích cụ thể còn cho thấy là trong vòng 6 năm qua, con số những người hài lòng với công việc

---

[1] Trong phần này cũng như trong một số những đoạn sau, chúng tôi sử dụng kết quả nghiên cứu của Conference Board, một tổ chức xã hội phi lợi nhuận, đồng thời có tham khảo thêm một số nguồn thông tin khác có liên quan.

đã giảm thấp đi khoảng 8% so với trước đó. Phần lớn những nguyên nhân không hài lòng với công việc được nêu ra trong cuộc nghiên cứu này tập trung vào các yếu tố như tiền lương không thỏa đáng, sự buồn chán do công việc lặp lại không thay đổi hoặc không thích hợp... Tuy nhiên, một tỷ lệ đáng kể cũng rơi vào các nguyên nhân như thiếu sự hòa hợp với đồng nghiệp, với cấp trên hoặc với người chủ thuê, do môi trường làm việc xấu, điều kiện làm việc không đạt các tiêu chuẩn quy định...

Dù sao đi nữa, một số trong các nguyên nhân vừa nêu thực sự là những điều kiện thực tế khách quan đang phổ biến trong các xã hội công nghiệp, và hiện cũng đang bắt đầu dần dần trở nên phổ biến ở nước ta. Con số các vụ đình công xảy ra trong thời gian gần đây có vẻ như là một trong các tín hiệu cụ thể đáng lo ngại về điều này.

Xét từ một góc độ bao quát thì việc thay đổi các nguyên nhân khách quan có vẻ như không phải là điều mà cá nhân mỗi người chúng ta có thể thực hiện được. Lấy ví dụ như những quy định về tiền lương, về điều kiện và môi trường làm việc, cũng như việc thực hiện đúng theo những quy định đó. Chúng ta chỉ có thể đặt niềm tin nơi những người có trách nhiệm và chờ đợi những thay đổi tích cực trong tương lai. Điều mà chúng ta có thể làm được là sớm nêu ra những gì bất hợp lý để những người có trách nhiệm xem xét. Nếu những gì chúng ta nêu ra là hoàn toàn hợp lý và đúng với sự thật, chắc chắn vấn đề rồi sẽ được thay đổi theo hướng tốt hơn.

Nhưng xét từ một góc độ gần gũi hơn liên quan đến môi trường làm việc quanh ta, chúng ta lại thực sự có thể làm được rất nhiều điều để thay đổi, tạo ra những chuyển biến theo chiều hướng tốt hơn, cũng như tạo ra những điều kiện làm việc thoải mái hơn. Ngay cả khi chúng ta không thực sự tạo ra được những thay đổi cụ thể thì những nỗ lực đúng hướng của chúng ta bao giờ cũng có thể mang lại những ích lợi thiết thực về mặt tinh thần cũng như tạo ra được những chuyển biến nội tâm tích cực cho chính bản thân mình.

Thường thì chúng ta không nhận thức đúng và đầy đủ về ý nghĩa của công việc, và điều đó dễ dàng dẫn đến những mâu thuẫn khác nhau trong quan hệ với đồng nghiệp cũng như với cấp trên của mình.

Thực tế cho thấy rằng, trong một công ty kinh doanh mà tất cả nhân viên đều nghĩ rằng vị giám đốc công ty đang "ăn nên làm ra" bằng vào việc khai thác sức lao động của họ, thì những mâu thuẫn tất yếu sẽ phát sinh trong quan hệ công việc. Ở đây, cái "được" của người này được xem như là cái "mất" của người kia, và do đó cảm giác mất mát, thiệt thòi sẽ luôn tạo ra sự mâu thuẫn, đối kháng giữa đôi bên.

Ngược lại, nếu mọi người trong công ty đều thấy được ý nghĩa phục vụ người khác qua công việc, cũng như ý nghĩa nương tựa và giúp đỡ lẫn nhau để cùng tồn tại, thì tất yếu một môi trường thân thiện và tôn trọng lẫn nhau sẽ được thiết lập.

Vị giám đốc công ty quả thật là đang ăn nên làm ra nhờ vào sức lao động của mọi nhân viên trong công ty. Nhưng ngược lại, trên cương vị giám đốc ông ta cũng có phần đóng góp quyết định trong sự thành công và phát triển của công ty, và chính nhờ ông ta làm tốt công việc đó mà tất cả nhân viên công ty mới có thể nhận được một khoản tiền lương ổn định tương xứng với sức lao động của mỗi người. Khi hiểu được điều này, mỗi nhân viên sẽ không ngần ngại trong việc cố gắng hết sức mình vì sự phát triển của công ty. Và ngược lại, vị giám đốc công ty chắc chắn cũng sẽ không ngần ngại trong việc chi ra những khoản tiền thưởng thích hợp cho mỗi nhân viên như một hình thức chia sẻ lợi nhuận khi công ty làm ăn phát đạt. Do đó, mâu thuẫn giữa đôi bên sẽ được xóa bỏ, và mối quan hệ trở thành "đôi bên cùng có lợi" thay vì là đối kháng nhau.

Đây cũng chính là nguyên nhân thúc đẩy sự phát triển tốt của các công ty cổ phần, khi mà mỗi một đồng tiền lợi nhuận của công ty đều được phân chia thỏa đáng cho mọi người, và cũng là nguyên nhân dẫn đến thất bại của một số công ty quốc doanh, khi mà sự thành công hay thua lỗ của công ty lại không hề gắn liền với lợi ích của mỗi công nhân viên.

Mặt khác, yếu tố hòa hợp trong quan hệ công việc cũng đóng vai trò quan trọng trong việc tạo ra một môi trường làm việc tốt đẹp. Và việc tạo ra sự hòa hợp trong quan hệ tất nhiên cần phải có những nỗ lực thích hợp của cả đôi bên. Mặc dù vậy, đối với hầu hết chúng ta thì đây lại có vẻ như một vấn đề hoàn toàn khách quan chứ không phải chủ quan, và do đó mà chúng ta thường chỉ cố gắng chịu đựng hoặc bực tức, than phiền thay vì là nỗ lực làm một điều gì đó để thay đổi sự việc.

Khi gặp phải một người đồng nghiệp lầm lì ít nói hoặc cáu gắt, khó tính... chúng ta thường xem đó như là "số phận" của mình, và cho dù rất không thoải mái trong quan hệ nhưng chúng ta lại cảm thấy như không thể làm gì khác hơn là chịu đựng và quen dần đi với tính khí khó chịu của người ấy. Điều mà chúng ta có thể không biết là, khi ta cảm thấy không thoải mái trong quan hệ với một người khác thì bản thân anh ta thường cũng không cảm thấy dễ chịu hơn chút nào. Và vì thế, sự căng thẳng trong quan hệ giữa đôi bên chỉ còn là vấn đề thời gian mà thôi.

Nếu không may người mà chúng ta phải "chịu đựng" lại là một cấp trên trực tiếp hoặc chính là người trả lương cho ta, vấn đề sẽ càng trở nên nghiêm trọng hơn nữa. Khi ấy, môi trường làm việc mỗi ngày của chúng ta sẽ có nhiều nguy cơ trở thành "bãi chiến trường" trong suốt những giờ làm việc.

Và thật không may là trên bãi chiến trường ấy, dù thắng hay thua thì chúng ta cũng đều chuốc lấy những thiệt thòi mất mát mà thôi!

Trong thực tế thì bản thân chúng ta cũng phải chịu ít nhất là một nửa trách nhiệm trong việc tạo ra mối quan hệ hài hòa với những người đồng nghiệp cũng như với cấp trên của mình trong công việc. Vì thế, nếu những mối quan hệ ấy không được tốt đẹp, chúng ta không thể chỉ ngồi đổ lỗi cho số phận. Sự thật là ta luôn có thể làm được rất nhiều điều tích cực để thay đổi, hoàn thiện những mối quan hệ ấy. Bởi vì xét cho cùng thì chúng ta vẫn đang quan hệ với những con người, và mỗi con người đều có những điểm chung nhất định so với những con người khác. Do đó mà mối quan hệ giữa những con người với nhau, cho dù đó là quan hệ trong công việc hay trong những lĩnh vực khác, bao giờ cũng là những mối quan hệ có thể hoàn thiện được.

Một thực tế khác nữa cũng thường góp phần tạo ra sự căng thẳng trong công việc. Chúng ta đều biết là số sinh viên tốt nghiệp không tìm được việc làm hiện nay đang có chiều hướng gia tăng. Sự cạnh tranh khốc liệt trên thị trường đã buộc những người chủ thuê ngày càng trở nên khó tính hơn trong việc tuyển dụng nhân viên. Một mặt, đây là những dấu hiệu tích cực cho thấy sự vận động vươn lên không ngừng của xã hội, vì nó buộc tất cả mọi thành viên trong xã hội đều phải không ngừng nâng cao năng lực, hoàn thiện bản thân. Nhưng mặt khác, điều này cũng mang lại một hệ quả tất yếu là mối quan hệ giữa người trả lương và người nhận lương đang trở nên căng thẳng, nặng nề hơn, tạo thêm khoảng cách giữa đôi bên và do đó làm giảm đi sự cảm thông, chia sẻ trong công việc.

Cho dù nỗi lo mất việc có thể là động lực thúc đẩy một nhân viên phải làm việc nhiều hơn, tích cực hơn, nhưng đó luôn là những cố gắng trong sự căng thẳng, nặng nề. Ngược lại, nếu một nhân viên nỗ lực làm việc do nhận thức được mối quan hệ cùng có lợi giữa bản thân mình và người chủ thuê, những cố gắng của anh ta sẽ được thực hiện trong một tâm trạng thoải mái và dễ chịu hơn nhiều.

Ngược lại, người chủ thuê cũng luôn cảm nhận được những gì mà các nhân viên của mình đang suy nghĩ. Vì thế, nếu ông ta xem việc cho thôi việc như một biện pháp để thúc ép nhân viên của mình phải nỗ lực làm việc, ông ta sẽ luôn cảm thấy căng thẳng trong mối quan hệ công việc. Còn nếu ông ta có thể làm cho những nhân viên của mình phải cố gắng làm việc vì lợi ích của chính họ, ông ta sẽ cảm nhận ngay được sự thoải mái và dễ chịu hơn.

Khi mối quan hệ giữa những người đồng nghiệp được cải thiện, môi trường làm việc chắc chắn sẽ được cải thiện hơn nhiều. Và khi mối quan hệ giữa người trả lương với người nhận lương được cải thiện, chắc chắn là điều kiện làm việc cũng sẽ được tốt hơn. Nhưng điều quan trọng hơn nữa là bầu không khí thân mật, cởi mở trong công việc sẽ thay thế cho sự căng thẳng, dò xét lẫn nhau. Và trong bầu không khí đó, chắc chắn mỗi chúng ta đều sẽ có được một tâm trạng thoải mái, dễ chịu hơn khi làm việc.

Tuy nhiên, những gì vừa nêu trên chưa phải là tất cả những nguyên nhân làm cho chúng ta cảm thấy không hài lòng với công việc. Trong thực tế, vấn đề còn liên quan đến nhiều yếu tố phức tạp hơn nữa, và rất nhiều trong số những yếu tố này mang tính phổ quát đến nỗi hầu như tất cả chúng ta đều phải đối mặt với chúng.

Yêu cầu chất lượng công việc ngày càng gia tăng là một thực tế dễ thấy trong những năm gần đây. Ngay cả một số công việc trước đây vốn có thể dành cho bất cứ lao động phổ thông nào thì ngày nay cũng đòi hỏi một trình độ chuyên môn nhất định. Bởi vì khi nền kinh tế được phát triển, mức sống được nâng cao, thì những chuẩn mực, yêu cầu trong cuộc sống tất yếu cũng được nâng cao. Còn nhớ cách đây chỉ khoảng vài ba mươi năm, đa số người dân xây dựng những căn nhà khác hẳn với bây giờ, bởi yêu cầu chính chỉ là sự kiên cố, chắc chắn mà thôi. Ngày nay, người có thu nhập trung bình cũng có khả năng xây dựng những căn nhà có chuẩn mực vượt xa trước đây, chẳng hạn như tường gạch sơn nước hoặc dán gạch men, nền lát gạch men sáng bóng... Không chỉ kiên cố mà còn phải xinh đẹp nữa! Vì thế, người thợ xây dựng cũng phải có tay nghề cao hơn, phải làm việc thận trọng hơn để có được những ngôi nhà đẹp hơn. Như vậy mới đáp ứng được yêu cầu của người chủ thuê...

Hơn thế nữa, khối lượng công việc dành cho mỗi người trong thời đại công nghiệp này cũng đang gia tăng rất nhanh. Thật là một nghịch lý khi với sự hỗ trợ của máy móc, của phương tiện hiện đại nhưng con người lại phải làm việc nhiều hơn và căng thẳng hơn trước đây. Bạn có thể không tin điều này, nhưng sự thật đúng là như vậy. Nếu như người thư ký của một doanh nghiệp trước đây phải ngồi hí hoáy ghi chép từng con số vào những cuốn sổ lớn, thực hiện các phép tính ngay trên giấy hoặc bằng bàn tính, nhưng vẫn còn rất nhiều thời gian để nghỉ ngơi và dành cho gia đình, con cái, thì ngày nay khi tất cả công việc được thực hiện với máy điện toán, máy in và hàng loạt các phương tiện lưu trữ thông tin hiện đại, dễ dàng sử dụng để đối chiếu, so sánh hoặc copy, sửa chữa... nhưng một nhân viên kế toán lại phải làm việc căng thẳng hơn nhiều so với những người đồng nghiệp trước đây, đến mức hầu như không còn đủ thời gian để nghỉ ngơi và quay về với gia đình. Đó là vì lượng thông tin mà anh ta phải xử lý đã gia tăng với mức độ còn hơn cả sự tăng tốc của phương tiện. Một doanh nghiệp ngày nay muốn tồn tại và phát triển phải mở rộng tầm hoạt động ra khắp nước, thậm chí cả đến những nước ngoài, và do đó mà khối lượng công việc tất nhiên phải gia tăng rất lớn.

Thực tế đang diễn ra trong xã hội công nghiệp phát triển ngày nay là tất cả chúng ta đang ngày càng trở nên căng thẳng hơn vì phải luôn di chuyển với tốc độ của những chiếc xe một trăm phân khối, phải làm việc với tốc độ của những chiếc máy tính thế hệ mới, và chỉ được nghỉ ngơi thư giãn đôi chút vào những ngày mất điện!

Sức lao động chân tay quả thật ngày nay đã được giảm nhẹ rất nhiều nhờ có những phương tiện hiện đại, nhưng lao động trí óc lại gia tăng hơn trước đây nhiều lần. Chúng ta không chỉ lao động trí óc trong giờ làm việc, đôi khi chúng ta phải lao động trí óc cả trong giờ nghỉ ngơi, cả khi về với gia đình, và đôi khi cả trong giấc ngủ. Và lao động trí óc ngày nay không chỉ giới hạn như chuyên môn của một số người ngồi nơi bàn giấy. Nhân viên bán hàng phải biết sử dụng máy tính tiền, máy đếm tiền... người giúp việc nhà cũng phải học cách sử dụng một trăm lẻ một loại máy móc gia dụng từ đơn giản đến phức tạp, từ máy giặt, máy xay sinh tố, máy tắm nước nóng... cho đến ti-vi, đầu máy video, lò vi-ba, máy xoa bóp... Tất cả những điều tương tự như thế luôn đòi hỏi người lao động phải có những kiến thức chuyên môn nhất định, cũng như phải liên tục học hỏi để bắt kịp những yêu cầu mới trong công việc.

Mặt khác, môi trường làm việc cũng căng thẳng hơn do yêu cầu và khối lượng công việc gia tăng. Đó là một thực tế. Những người chủ thuê không thể trả lương cho một số nhân viên nhiều hơn mức tối thiểu mà họ cho là có thể chấp nhận được. Và trong số nhân viên giới hạn đó, khối lượng công việc lại chẳng bao giờ được giới hạn mà cứ tăng dần theo thời gian. Hơn thế nữa, trong điều kiện thị trường cạnh tranh, chất lượng công việc cũng bắt buộc phải ngày càng hoàn thiện nếu không muốn bị khách hàng từ chối. Vì thế, cho dù chúng ta đang làm bất cứ loại công việc nào cũng đều phải liên tục học hỏi và rèn luyện để có thể làm tốt hơn, nhanh hơn nữa. Và những điều đó tất yếu tạo ra sự căng thẳng.

Vì thế, chúng ta phải chấp nhận sự căng thẳng trong công việc như một thực tế hiển nhiên. Điều may mắn là hệ quả của sự căng thẳng ấy như những tâm trạng cáu gắt, bực tức, phiền muộn... lại là những điều mà chúng ta hoàn toàn có thể từ chối không chấp nhận! Tuy nhiên, để làm được điều đó chúng ta cần phải có những nhận thức đúng đắn nhất định cũng như sự rèn luyện và tu dưỡng nội tâm, phát triển tinh thần theo hướng ngày càng hoàn thiện hơn. Đó chính là một trong những nội dung mà chúng ta sẽ cùng nhau trao đổi trong phần tiếp theo của tập sách này.

Một thực tế khác nữa là chúng ta không phải lúc nào cũng được thuận lợi trong công việc. Điều tất yếu là sẽ có những công việc xuôi chèo mát mái, nhưng cũng sẽ có không ít những công việc đầu xuôi đuôi chẳng lọt; có những lúc chúng ta làm tốt được tất cả mọi việc, nhưng cũng có những lúc ta liên tục phạm sai lầm... Ngoài ra, đôi khi chúng ta còn phải chấp nhận những sự phân biệt đối xử không hợp lý hay những phán xét bất công nào đó. Chẳng hạn, một công việc không được hoàn thành do sai lầm của một bạn đồng nghiệp nào đó, nhưng bản thân ta lại phải nhận lãnh sự trách mắng của cấp trên. Trong một trường hợp khác, có những bạn đồng nghiệp được xét khen thưởng hoặc đề bạt thăng tiến, trong khi chúng ta tự xét thấy mình có đầy đủ những điều kiện xứng đáng hơn nhưng lại không được quan tâm đến... Tất cả những điều ấy thường luôn góp phần tạo ra một tâm trạng thất vọng, một cảm giác nặng nề cho chúng ta trong khi làm việc. Nhưng điều rất không may là ngay cả trong những tâm trạng như thế thì chúng ta cũng vẫn phải làm việc đều đặn như bình thường!

Trong những trường hợp đó, để tìm được sự thanh thản trong công việc thật không dễ dàng chút nào! Tuy vậy, điều tôi muốn chia sẻ cùng các bạn trong những chương sách sau đây lại chính là khả năng thực hiện điều không dễ dàng ấy. Và chỉ khi nào ta làm được như thế, ngay trong những điều kiện bất lợi như thế, chúng ta mới có thể cảm nhận được thế nào là những giọt mồ hôi thanh thản trong công việc!

Giết người đi thì ta ở với ai...

Khi không hài lòng với công việc đang làm, hầu hết chúng ta thường có khuynh hướng tìm một nơi nào đó để "trút giận". Và trong trường hợp đó, thật không may cho những ai phải thường xuyên tiếp xúc với ta trong công việc. Đôi khi, chúng ta vẫn biết rõ nguyên nhân không hài lòng của ta không nằm ở những con người quanh ta, nhưng ta vẫn có khuynh hướng "giận cá chém thớt" như thế, chỉ vì những nguyên nhân thực sự khi ấy có thể là nằm xa "tầm chém" của chúng ta.

Một ví dụ thường gặp nhất có thể nêu ra đây là khi bạn được giao một công việc quá khó khăn và phải hoàn tất trong một thời gian quá ngắn - và bạn cho đó là điều hoàn toàn bất hợp lý. Nhưng bạn không có chọn lựa nào khác ngoài việc phải chấp nhận thực hiện, và bạn đã thực hiện công việc đó trong một tâm trạng bực tức, không thoải mái. Sự bực tức đó không thể nằm yên trong người bạn. Nó luôn cựa quậy, vùng vẫy tìm một lối thoát ra bên ngoài. Và thế là bạn dễ dàng nổi giận với những người đồng nghiệp chỉ vì những nguyên nhân cỏn con nào đó, hoặc có khi là hoàn toàn vô lý.

Tất nhiên, người giao việc cho bạn không phải là các bạn đồng nghiệp, mà phải là người trả lương cho bạn. Nhưng bạn không dễ có cơ hội để nổi giận với ông chủ, hoặc nếu có cũng chưa hẳn bạn đã dám làm như thế, trừ khi bạn đang có ý muốn thôi việc. Vì thế, để giải tỏa tâm trạng căng thẳng, bực tức, bạn đã làm một việc hoàn toàn vô lý là cáu gắt và nổi giận với những người đồng nghiệp.

Mặc dù vô lý đến thế, nhưng đây lại là điều rất thường xảy ra. Bởi vì tâm trạng bất mãn, sự bực tức đang đốt cháy trong lòng bạn và bạn không biết cách chuyển hóa nó, nên

29

bạn chỉ có thể tìm cách bộc lộ nó ra bên ngoài vào bất cứ khi nào có được cơ hội, ngay cả khi đó là những cơ hội rất khiên cưỡng và không hợp lý!

Điều không may là những "cái thớt" mà bạn đang hung hăng chém xuống đó lại là những con người! Và vì thế họ không dễ dàng chấp nhận thái độ bực tức, gây hấn vô lý của bạn. Họ sẽ phản đối. Và vì bực tức nên bạn sẽ không dừng lại. Và cứ thế mà tình trạng sẽ tiếp tục phát triển ngày càng tệ hại hơn. Và thế là đổ vỡ, thế là tổn thương cho cả đôi bên. Điều hiển nhiên là chẳng ai nhận được bất cứ lợi ích nào từ những lần đối đầu vô lý như thế!

Và thật ra thì bạn hoàn toàn có thể có được hạnh phúc nhiều hơn trong cuộc sống nói chung, trong môi trường làm việc nói riêng, nếu bạn nhận thức đúng và ứng xử hợp lý hơn trong những trường hợp này.

Ngay cả khi sự phân công cho bạn là hoàn toàn vô lý và... đáng giận, thì cơn giận của bạn cũng chẳng mang lại được điều gì tốt đẹp. Và nếu như bạn bình tĩnh suy xét, bạn sẽ thấy là người giao việc "đáng ghét" kia thật ra cũng luôn có những lý do nhất định nào đó. Điều tốt hơn mà bạn có thể làm là phân tích những lý do ấy và chỉ ra những bất hợp lý trong đó, để may ra có thể làm ông ta thay đổi quyết định.

Nhưng ngay cả khi bạn chẳng thể thay đổi được gì, và vẫn phải chấp nhận thực hiện một phần việc quá sức, thì bạn cũng nên chuyển hóa tâm trạng bực tức của mình, đừng để nó trở thành một ngọn lửa có khuynh hướng thiêu đốt mọi con người, trong đó có cả chính bản thân bạn.

Một trong những nhầm lẫn lớn nhất của hầu hết chúng ta là thường đồng nhất một con người với những sai lầm hay thói xấu mà họ mắc phải, để rồi từ đó dẫn đến những định kiến yêu thích hoặc ghét giận. Sự thật là, mọi sai lầm đều có thể được sửa chữa, mọi thói xấu đều có thể được loại trừ. Vì thế, chúng ta không nên để những sai lầm hay thói xấu của ai đó trở thành nguyên nhân làm tan vỡ đi mối quan hệ tốt đẹp giữa ta với người ấy như là những con người.

Tôi còn nhớ từ thuở nhỏ đã được nghe một bài hát trong đó có câu rằng: "Kẻ thù ta đâu có phải là người, giết người đi thì ta ở với ai..." Đây cũng chính là ý nghĩa nhận thức mà tôi đang muốn chia sẻ cùng các bạn.

Chúng ta tồn tại và phát triển trong một xã hội của những con người. Ngay cả khi mỗi con người mà ta tiếp xúc đều có những sai lầm, những thói xấu nhất định, thì chúng ta vẫn hạnh phúc hơn nhiều so với việc phải sống cô đơn ở một nơi không có bóng người. Trong thực tế thì chúng ta hầu như sẽ không thể sống được khi quanh ta không có con người! Mọi nhu cầu về tinh thần lẫn vật chất của chúng ta đều có sự phụ thuộc nhất định vào người khác. Do đó, khi không có con người quanh ta, đó sẽ là một môi trường sống khủng khiếp nhất mà ta có thể tưởng tượng ra được!

Cho dù ta có thể luôn thấy rằng ai đó đang gây thương tổn cho ta, hoặc đang đối xử bất công với ta, nhưng sự thật thì quanh ta không phải chỉ toàn những điều bất công và gây thương tổn. Vẫn còn có rất nhiều sự cảm thông chia sẻ mà chúng ta không thể nào có được nếu không tiếp xúc cùng người khác. Và ngay cả nơi cùng một con người, tuy có những lúc gây thương tổn cho ta, nhưng lại cũng có không ít khi đã từng giúp đỡ ta một cách trực tiếp hay gián tiếp.

Vì thế, nếu chúng ta có được một nhận thức đúng và toàn diện, ta không nên nổi giận với người khác vì những sai lầm hay thói xấu của họ. Ngược lại, ta nên biết chắc một điều là những sai lầm hay thói xấu của người ấy hoàn toàn có thể sửa đổi được, và ta vẫn có thể duy trì mối quan hệ tốt với người ấy để chuyển hóa, sửa đổi những sai lầm hay thói xấu đó, thay vì là tức giận và thù ghét.

Những con người quanh ta bao giờ cũng là những món quà tặng quý giá từ cuộc sống. Được quen biết với bất cứ ai trên đời này cũng nên xem như là một sự kiện quan trọng trong đời ta. Có đến hơn 6 tỷ con người trên trái đất này, nhưng số người quen của ta lại rất ít so với con số đó! Bởi vậy ta biết rằng, được quen biết nhau là một điều đáng trân trọng biết chừng nào! Hơn thế nữa, nếu được cùng nhau làm việc, được có mối quan hệ trong công việc với nhau, cho dù đó là quan hệ chủ thuê và nhân công hay quan hệ đồng nghiệp, tất cả đều nên xem là những điều may mắn tốt đẹp mà cuộc sống đã mang đến cho chúng ta.

Nếu hiểu được như thế, chúng ta sẽ thấy là mọi quan hệ trong công việc chỉ nên hoàn thiện chứ không nên phá vỡ. Và sự hoàn thiện một mối quan hệ với người khác bao giờ cũng có vai trò tích cực của bản thân ta chiếm đến một nửa khả năng thực hiện trong đó.

Con người sinh ra vốn dĩ đã không hoàn thiện. Chúng ta lớn lên trong một môi trường xã hội có tốt, có xấu. Bản thân chúng ta cũng có những khía cạnh không tốt bên cạnh những điều tốt đẹp. Ta nên nhìn tất cả mọi người khác theo cách công bằng và đúng thật như thế. Bởi vì không có ai là người hoàn toàn thánh thiện. Những người toàn thiện có lẽ đều đang ở nơi một thiên đàng xa xôi nào đó - nếu có - chứ không thể chung sống cùng ta nơi thế gian này! Và chúng ta không thể ngồi mơ tưởng về một thiên đàng xa xôi. Chúng ta cần một cuộc sống thật trong hiện tại, với tất cả những sự cọ xát, tiếp xúc cùng người khác, trong đó có cả những điều tốt và không tốt.

Không có con người nào là hoàn toàn thánh thiện, nhưng cũng không có con người nào là hoàn toàn xấu ác. Đây chính là khía cạnh lạc quan của vấn đề. Khi duy trì và cố gắng hoàn thiện mối quan hệ sẵn có với một ai đó, không phải là ta đang cắn răng chịu đựng những sai lầm và thói xấu của người ấy, mà chính là ta đang tìm cơ hội để khám phá và nhận biết những đức tính, những phẩm chất tốt đẹp thật có nơi người ấy. Và bởi vì không có con người nào là hoàn toàn xấu ác, nên một người khôn ngoan chắc chắn bao giờ cũng sẽ thành công trong việc khám phá những điểm tốt đẹp nơi người khác.

Khám phá những phẩm chất tốt đẹp nơi người khác là một nỗ lực luôn mang lại lợi ích cho chính bản thân ta và người khác. Trong khi đó, việc chỉ ra và quan tâm đến những tính xấu của người khác bao giờ cũng là điều gây tổn hại cho chính bản thân ta và người khác. Thật đáng buồn là phần lớn chúng ta thường mắc vào thói quen nói xấu người khác hơn là... nói tốt!

Khi ta khám phá một phẩm chất tốt đẹp nơi ai đó và ngợi khen, ca tụng, dường như sự tốt đẹp ấy cũng lan tỏa vào tâm hồn ta, làm cho ta có được một niềm vui nhẹ nhàng và một niềm khao khát noi theo những điều tốt đẹp ấy.

Ngược lại, khi ta vạch ra và quan tâm đến một thói xấu của ai đó, chính điều ấy sẽ làm ô nhiễm tâm hồn chúng ta, tạo ra một cảm giác bực dọc, khó chịu và một sự thôi thúc phải đả kích, chống đối hay gây tổn hại cho người khác để thỏa mãn sự bực dọc, khó chịu ấy.

Đây chính là lý do giải thích vì sao chúng ta luôn khen ngợi người khác trong tâm trạng vui vẻ, và thường to tiếng nặng lời chỉ trích người khác với một giọng điệu nặng nề, bực tức chứ không thể nói ra một cách nhẹ nhàng, từ tốn.

Trong thực tế, không phải lúc nào chúng ta cũng có thể dễ dàng thành công trong việc duy trì và hoàn thiện mối quan hệ với người khác, ngay cả khi ta đã có những nỗ lực hết mình. Bởi vì như đã nói, chúng ta chỉ có được một nửa khả năng thực hiện điều đó. Một nửa khả năng còn lại thuộc về phía người kia. Và nếu đó như người ấy nhận thức hoàn toàn trái ngược với chúng ta, luôn cố tình gây ra những đổ vỡ và tổn thương cho quan hệ đôi bên, thì chúng ta cũng không thể nào thành công trong việc duy trì tốt mối quan hệ ấy. Tuy nhiên, ngay cả trong những trường hợp này thì nỗ lực của chúng ta cũng không phải là vô ích. Bởi vì sự bực tức hay khó chịu của chúng ta đã được chuyển hóa và không còn là một ngọn lửa sẵn sàng thiêu đốt bản thân ta và người khác. Ngược lại, nguồn năng lượng ấy được hướng về một hướng khác tốt đẹp hơn, giúp chúng ta có được một tâm trạng thư thái hơn ngay cả khi phải nhận chịu những sai lầm do người khác gây ra.

Những mối quan hệ với người khác trong công việc là yếu tố quan trọng đầu tiên quyết định sự thoải mái của chúng ta trong môi trường làm việc. Cho dù công việc có dễ dàng và thuận lợi đến đâu, cho dù ta có say mê yêu thích công việc ấy đến đâu, nhưng nếu không tạo được mối quan hệ hài hòa, thân thiện với những người cùng làm việc - cho dù đó là cấp trên hay đồng nghiệp - thì chắc chắn là chúng ta cũng không thể tìm được sự thoải mái trong công việc.

Mặt khác, chúng ta phải nhìn nhận một thực tế là sự tồn tại của mỗi chúng ta luôn phụ thuộc vào người khác. Bất cứ nhu cầu nào của chúng ta trong cuộc sống cũng đều là được thỏa mãn nhờ có sự làm việc của người khác. Nếu ai đó nghĩ rằng bản thân mình có thể tồn tại mà không cần đến người khác thì đó quả là một sai lầm rất lớn. Điều đáng tiếc là rất nhiều người trong chúng ta thường mắc phải sai lầm này. Trong thực tế, cho dù bạn đang làm bất cứ công việc gì, cho dù bạn đang giữ vai trò quan trọng đến đâu trong xã hội, thì sự tồn tại và phát triển của cá nhân bạn vẫn luôn phải phụ thuộc vào người khác. Ngay cả người lãnh đạo tài ba nhất cũng sẽ chẳng làm được gì nếu không có những người khác để họ sai khiến, và ngay cả những con người tầm thường nhất cũng vẫn đang góp phần vào sự tồn tại và phát triển chung của toàn xã hội!

Điều này càng dễ nhận thấy hơn trong môi trường làm việc của mỗi chúng ta. Bởi vì sự tồn tại và phát triển của một tập thể bao giờ cũng cần đến sự góp sức của mỗi cá nhân. Bản thân vị giám đốc công ty sẽ chẳng làm được gì cả nếu không có sự nỗ lực góp sức của tất cả nhân viên, và mỗi cá nhân trong công ty cũng chẳng làm được gì cả nếu không có sự cộng tác của những người đồng nghiệp. Mỗi người chúng ta trong khi thực hiện tốt phần công việc của mình cũng chính là đang tạo điều kiện giúp cho những người khác có thể thực hiện tốt công việc của họ.

Nhận thức đúng về mối tương quan giữa bản thân ta với mọi người khác trong môi trường làm việc sẽ giúp chúng ta có được một cái nhìn cởi mở, thông thoáng hơn khi tiếp xúc, quan hệ với mọi người khác. Người lãnh đạo sẽ không nghĩ rằng mình quan trọng hơn và xem thường các nhân viên, vì ông ta hiểu được rằng nếu không có những nhân viên ấy thì bản thân ông ta cũng chẳng làm được gì. Ngay cả một người giúp việc quét dọn nơi ta làm việc cũng cần phải được tôn trọng đúng mức, vì nếu không có anh ta hoặc chị ta thì chúng ta sẽ không được làm việc trong những căn phòng sạch đẹp, gọn gàng, và điều đó chắc chắn cũng sẽ ảnh hưởng đến hiệu quả làm việc cũng như sự thoải mái trong công việc của chúng ta. Tương tự như vậy, các bạn đồng nghiệp phải luôn được trân trọng như những người đang thường xuyên giúp đỡ chúng ta, vì thực tế là nếu không có họ thì ta không thể nào thực hiện tốt công việc của mình!

Khi chúng ta biết tôn trọng người khác, biết trân trọng những mối quan hệ trong công việc, biết cảm thông với những sai lầm và thói xấu của người khác, môi trường làm việc của chúng ta chắc chắn sẽ trở nên thân thiện và thoải mái hơn nhiều. Hơn thế nữa, tất yếu là sẽ có nhiều người khác nhận ra cung cách ứng xử tốt đẹp của ta và có những đáp ứng thay đổi tích cực. Vì thế, chúng ta sẽ không bao giờ phải đơn độc trong việc xây dựng một môi trường làm việc thân thiện và thoải mái. Và điều đó cũng không chỉ mang lại lợi ích cho bản thân ta mà xét cho cùng là đang chuyển hóa và làm thay đổi tất cả mọi người quanh ta theo hướng ngày càng tốt đẹp hơn.

Buông bỏ gánh nặng

Khi chúng ta xem công việc đang làm như một gánh nặng thì điều tất nhiên là mỗi một bước chân đi cũng như mỗi một thao tác của ta trong công việc đều sẽ nặng nề không thoải mái. Điều này tuy rất dễ nhận ra nhưng lại không dễ dàng thay đổi. Đó là vì mỗi chúng ta đều đã quen với những nếp suy nghĩ, nhận thức nào đó, và việc thay đổi những nếp suy nghĩ, nhận thức quen thuộc này bao giờ cũng đòi hỏi một quá trình dài lâu với rất nhiều nỗ lực.

Vấn đề thật ra có liên quan chặt chẽ đến cách nhìn của chúng ta về mục đích và ý nghĩa công việc đang làm. Như đã nói, công việc không chỉ là một phương tiện tất yếu giúp ta có được thu nhập để nuôi sống gia đình và bản thân, mà hơn thế nữa, công việc còn là một phần trong cuộc sống của chúng ta. Nếu chúng ta không có hạnh phúc trong công việc, chúng ta cũng không thể có hạnh phúc trong cuộc sống. Đơn giản chỉ là vì khoảng thời gian làm việc đã chiếm mất đến hơn phân nửa thời gian sống của ta!

Nhưng trong thực tế, không ít người vẫn xem công việc chỉ là một phương tiện kiếm tiền, không hơn không kém. Với cách nghĩ như thế, chúng ta thường không thể có được niềm say mê trong công việc, và khi ấy thì sự mệt nhọc - tất yếu phải có sau thời gian làm việc - sẽ dễ dàng đẩy ta vào tâm trạng nặng nề, bực dọc. Chúng ta ao ước - một cách vô lý - sẽ có thật nhiều tiền bạc để có thể buông bỏ ngay lập tức công việc đang làm! Thật không may là tâm trạng này chẳng mang lại chút lợi ích gì ngoài việc đốt cháy thêm nguồn năng lượng tinh thần vốn đã ít ỏi của chúng ta sau một thời gian làm việc mệt nhọc.

Cách duy nhất để thay đổi tình trạng này là chúng ta phải hiểu đúng về ý nghĩa công việc - như đã trình bày trong một phần trước. Chúng ta phải thấy được rằng công việc không chỉ nhằm mang lại cho chúng ta tiền bạc, mà còn là một phần đời sống của chúng ta. Chỉ qua công việc ta mới có thể chứng tỏ được mình là người có ích cho xã hội, bởi công việc của ta đang phục vụ cho nhiều người khác, đang trực tiếp hoặc gián tiếp giúp đỡ cho mọi người quanh ta. Khi hiểu được như thế, chắc chắn chúng ta sẽ không còn thấy công việc là một gánh nặng bất đắc dĩ, mà quả thật là một sự may mắn mà cuộc sống đã dành cho ta.

Trong thực tế, từ lâu người ta đã nhận biết rằng công việc không chỉ là phương tiện để ta kiếm sống, mà còn chính là nguồn cảm hứng sáng tạo trong cuộc sống. Và chỉ khi nào sức sáng tạo được khơi dậy cũng như có điều kiện phát triển tốt thì con người mới có thể cảm thấy niềm vui trong cuộc sống. Vì thế, công việc không chỉ giúp chúng ta làm ra những giá trị vật chất cụ thể mà còn là điều kiện tất yếu để phát triển rất nhiều giá trị tinh thần trong cuộc sống.

Nếu bạn thực sự có được niềm say mê trong công việc, bạn sẽ là người rất may mắn. Bởi vì chính sự say mê công việc là một trong những điều kiện tất yếu giúp mang lại hạnh phúc cho cuộc sống. Và cũng chính vì thế, nếu bạn chưa có được niềm say mê đó, bạn cần phải học cách để tạo ra nó.

Niềm say mê công việc luôn có được nhờ sự am hiểu, thông thạo trong công việc và sự nhận thức đúng về ý nghĩa của công việc bạn đang làm. Khi bạn không am hiểu công việc, luôn phải dò dẫm trong từng thao tác, cũng như không thông thạo các công đoạn cần thiết của công việc, bạn không những không thể say mê công việc ấy mà thậm chí còn rất dễ thấy sợ sệt, chán ghét. Mặt khác, sức sáng tạo cũng không thể phát triển trong điều kiện làm việc như thế, bởi vì mọi ý tưởng sáng tạo luôn đặt nền tảng trên sự hiểu biết thông thạo về những vấn đề liên quan.

Sự am hiểu công việc không bao giờ là món quà tặng của tự nhiên, mà phải là kết quả những nỗ lực học hỏi và rèn luyện. Mỗi người chúng ta có thể có những năng khiếu khác nhau trong công việc, cũng như mức độ thông minh không hoàn toàn giống nhau, nhưng tất cả chúng ta đều cần phải học hỏi mới có được tri thức, cần phải rèn luyện mới có được kỹ năng thông thạo trong công việc. Vì thế, điểm khởi đầu để có được niềm say mê trong công việc bao giờ cũng phải là sự kiên trì và nỗ lực học hỏi, rèn luyện. Một khi bạn đã nắm hiểu được công việc, thực hiện được thông thạo các thao tác trong công việc, xem như bạn đã có được tiền đề cần thiết cho một sự say mê trong công việc.

Sự am hiểu và thông thạo trong công việc tuy là cần thiết nhưng chỉ mới là điều kiện cần mà chưa đủ. Yêu cầu tiếp theo là bạn phải có được một nhận thức đúng về ý nghĩa công việc đang làm. Cho dù bạn đang làm bất cứ loại công việc gì, bạn đừng bao giờ có ý nghĩ cho rằng đó là loại công việc thấp hèn hoặc kém quan trọng. Sự thật là không bao giờ có những công việc thấp hèn, chỉ có những con người thấp hèn vì đã không sống xứng đáng với ý nghĩa cuộc sống này mà thôi.

Nếu chúng ta có thể quan sát cuộc sống từ một góc độ bao quát và toàn diện, ta sẽ thấy là tất cả mọi người trong xã hội đều tồn tại và phát triển trong mối quan hệ nương tựa lẫn nhau, bởi vì không có bất cứ con người nào có thể tồn tại độc lập không cần đến người khác.

Mặc dù vậy, từ lâu chúng ta đã quen nhìn cuộc sống theo một cách phiến diện hơn, và vì thế mà hầu như chỉ thấy được những mảnh rời rạc của thực tại mà thôi. Lấy ví dụ, chúng ta ra chợ mua một bó cải xanh về nấu canh. Khi ngồi trước bát canh cải, chúng ta chỉ thấy được phần giá trị vài ngàn đồng mà ta đã bỏ ra để mua bó cải. Trong thực tế, việc ta trả tiền mua bó cải chỉ là phần nổi của một tảng băng. Nếu nhìn vào bó cải theo một cách bao quát và toàn diện hơn, ta sẽ thấy được rất nhiều điều quan trọng và sâu sắc hơn nữa!

Sự hiện hữu của bó rau xanh không thể hiểu hết được qua việc so sánh với giá bán chỉ vài ngàn đồng của nó. Sự hiện hữu đó còn là biểu hiện vô cùng cụ thể của người trồng rau, của đất đai, phân bón, thuốc trừ sâu, nước tưới, thời tiết mưa nắng, khí hậu nóng lạnh... và rất nhiều yếu tố khác nữa. Chỉ riêng việc đưa những bó rau ấy từ vườn ra đến chợ và giữ cho chúng vẫn còn xanh tươi cho đến tay người mua nhiều khi cũng đã cần đến sự góp công góp sức của nhiều người, bởi có thể đó là những chặng đường dài đến hàng chục hay hàng trăm cây số... Hiểu hết được những điều ấy, chúng ta sẽ thấy rằng bát canh cải mà ta đang ăn không chỉ đáng giá vài ngàn đồng. Giá trị thực sự cần biết đến chính là sự tham gia phục vụ của rất nhiều người, rất nhiều yếu tố, chỉ để đáp ứng một nhu cầu tưởng như rất đơn giản của ta là một bát canh rau!

Theo cách hiểu như trên thì sự tồn tại của ta trong cuộc sống luôn cần đến sự phục vụ của vô số những con người khác. Không có sự phục vụ của người khác - dù là trực tiếp hay gián tiếp - chúng ta sẽ không thể có một cuộc sống tiện nghi và thoải mái như hiện nay. Vì thế, chúng ta cần biết ơn về điều đó.

Và chúng ta cần thể hiện lòng biết ơn của mình qua việc làm tốt công việc của chính mình. Bởi vì chính qua công việc của chúng ta mà sẽ có vô số người khác được phục vụ - dù đó là trực tiếp hay gián tiếp. Chúng ta nên biết rằng, công việc của ta luôn góp phần giúp cho cuộc sống của người khác được tiện nghi hơn, thoải mái hơn, và đó chính là một sự đền đáp cụ thể đối với những gì ta đã nhận được từ người khác.

Trong ý nghĩa phục vụ lẫn nhau như thế, bạn sẽ thấy

thực sự không có công việc nào là thấp hèn, bởi vì bằng cách này hay cách khác, tất cả mọi công việc đều nhắm đến phục vụ đời sống con người. Công việc ta đang làm không bao giờ có thể xem là thấp hèn, nhưng nếu chúng ta sống không xứng đáng với ý nghĩa đời sống, nhận lãnh rất nhiều từ xã hội mà không có sự đáp đền thỏa đáng, đó chính là chúng ta tự biến mình thành những con người thấp hèn.

Sự am hiểu, thông thạo và nhận thức đúng về ý nghĩa công việc chắc chắn sẽ mang đến cho bạn niềm say mê trong công việc. Chính từ sự say mê đó, sức sáng tạo sẽ được khơi dậy và phát triển. Và chính nhờ sự phát triển của sức sáng tạo, bạn mới thấy rằng cuộc đời này là đáng sống và luôn mang lại niềm vui cho bạn mỗi ngày - ngay cả trong những giây phút nhọc nhằn nhất vì công việc. Đó chính là những điều kiện thiết yếu để có được một cuộc sống vui và hạnh phúc.

Bạn không thể cầu mong cho công việc của mình mỗi ngày sẽ trở nên nhẹ nhàng, ít tốn sức hơn, bởi vì điều đó trong thực tế rất hiếm khi xảy ra. Nhưng bạn có thể làm cho công việc trở nên dễ dàng hơn với cảm giác dễ chịu, thoải mái hơn nhờ vào sự say mê công việc. Đó là phương thức cụ thể nhất mà mỗi chúng ta đều có thể thực hiện để buông bỏ gánh nặng và tìm thấy những giọt mồ hôi thanh thản trong công việc.

Giá trị của đồng tiền

Chúng ta không phủ nhận giá trị cũng như sức mạnh của đồng tiền trong cuộc sống. Tuy nhiên, thực tế cho thấy là không phải bao giờ tiền bạc cũng có thể giúp chúng ta giải quyết được mọi vấn đề. Nhiều người thường đánh giá các mối quan hệ trong cuộc sống qua giá trị tiền bạc, hoặc đánh giá người khác qua số tiền kiếm được trong công việc. Những cách đánh giá như thế thường là không chính xác, và do đó rất dễ dẫn đến nhiều nhận thức, phán đoán sai lầm về sự việc cũng như con người.

Tiền bạc cũng thường là một trong những động lực thúc đẩy sức làm việc của chúng ta. Một công việc nặng nhọc vẫn được nhiều người chấp nhận nếu như có thể giúp kiếm được một khoản tiền khá lớn; ngược lại, một công việc nhẹ nhàng và hợp với khả năng nhưng vẫn có thể bị từ chối nếu như tiền thù lao bị cho là quá ít. Khuynh hướng này có vẻ như không có gì sai trái, nhưng thực ra lại là chỗ sai lầm trong nhận thức của rất nhiều người.

Nếu cuộc sống luôn diễn ra một cách bình lặng thì việc đồng nhất giá trị tiền lương với giá trị công việc cũng sẽ không có gì đáng nói. Tuy nhiên, cuộc sống lại không mấy khi được êm ả như chúng ta mong muốn, mà sự thật là luôn có những biến cố lớn nhỏ rình rập quanh ta. Và mỗi khi phải đối mặt với những biến cố lớn trong cuộc đời, chúng ta sẽ dễ dàng nhận ra là tiền bạc không thể giúp ta giải quyết được tất cả!

Khi chúng ta xem tiền bạc như là giá trị duy nhất có được qua công việc, chúng ta sẽ dễ dàng thất vọng với công việc khi tiền bạc không giúp giải quyết được những vấn đề của ta. Nhưng trong thực tế, ngoài giá trị tiền bạc, công việc còn mang lại cho chúng ta rất nhiều giá trị khác như đã nói. Vì thế, chúng ta cần nhận thức lại vấn đề giá trị của tiền bạc trong công việc.

Khi chúng ta còn phải trả tiền thuê nhà mỗi tháng, ta mong muốn có được một căn nhà của riêng mình. Nhưng ta không tự mình "làm ra" được căn nhà được theo ý nghĩa trực tiếp, nên ta cần có tiền để mua nhà. Vì thế, sự mong muốn có được ngôi nhà của chúng ta chuyển thành sự mong muốn có nhiều tiền bạc. Tương tự, ta cần có tiền để chi tiêu vào những nhu cầu sinh hoạt mỗi ngày. Vì thế, do nơi những nhu cầu này mà ta mong muốn, thậm chí là thèm khát tiền bạc. Khi những nhu cầu của ta gia tăng, ta càng thèm khát tiền bạc nhiều hơn nữa!

Như vậy, tiền bạc thật ra không phải là thứ mà ta trực tiếp cần đến, nhưng thông qua tiền bạc mà ta có được những thứ ta cần thiết, mong muốn. Mối quan hệ này làm cho chúng ta có cảm giác như tiền bạc chính là thứ mà ta cần, trong khi thực tế luôn có sự khác biệt giữa hai cách nhận thức khác nhau này.

Giá trị của tiền bạc chỉ là một thứ giá trị quy ước, không phải giá trị thật. Xét cho cùng, tiền bạc chỉ là những mảnh giấy, những mảnh kim loại... và bản thân chúng không có giá trị giúp được gì cho ta. Giá trị của tiền bạc có được là nhờ sự quy ước của xã hội, của con người, thể hiện bằng những con số được in trên tiền bạc. Nếu như những quy ước đó không được xã hội chấp nhận, tiền bạc sẽ không còn giá trị gì nữa!

Lấy ví dụ như ta đang đói và nhận được một củ khoai. Củ khoai có thể giúp ta qua cơn đói. Đó là giá trị thật có của củ khoai, và dù muốn hay không cũng không ai có thể phủ nhận được giá trị thật có đó. Tương tự, mỗi một tiện nghi vật chất quanh ta đều có những giá trị thật như vậy, như nhà ở, cơm ăn, áo mặc...

Tiền bạc lại hoàn toàn không có những giá trị thật như

thế. Nếu bạn có trong tay hàng tỷ đồng nhưng lạc vào một đảo hoang không bóng người, chắc chắn số tiền đó sẽ chẳng còn chút giá trị nào, vì nó không giúp được gì cho những nhu cầu của bạn!

Có thể nói vàng là một hình thức khác của tiền bạc. Bản thân vàng tuy có một số những giá trị thật, chẳng hạn như độ sáng đẹp và những tính chất vật lý khác biệt so với các kim loại khác... nhưng đó không phải là những giá trị mà đa số chúng ta cần đến. Chúng ta cần đến vàng là do giá trị quy ước của nó, vì mọi người trong xã hội đều chấp nhận vàng có thể đổi được nhiều tiền bạc, và tiền bạc có thể dùng để thỏa mãn những nhu cầu của chúng ta. Còn nhớ vào những năm 80 của thế kỷ trước, người ta mua bán nhà cửa, đất đai, xe cộ... không nói giá bằng tiền mà chỉ nói giá bằng vàng. Rõ ràng là vàng đã được sử dụng như một hình thức khác của tiền bạc. Không có loại giá trị quy ước này, chắc chắn vàng không thể mang lại được gì nhiều cho những người sở hữu nó.

Sai lầm của hầu hết chúng ta là đã đồng nhất những giá trị quy ước với giá trị thật có của sự vật. Điều này dẫn đến có những người tham tiền đến mức như điên cuồng, và hầu hết những người khác cũng đều bị cuốn hút theo tiền bạc với những mức độ khác nhau.

Tôi nhớ có một câu chuyện khôi hài để chế giễu những anh nhà giàu tham tiền. Một hôm nọ, có anh nhà giàu cùng với người đầy tớ đi đò sang sông. Vì hà tiện, anh ta không dám bỏ tiền mua nước uống. Lúc ra đến giữa sông, khát nước quá không chịu được, anh ta liền ra bên mép đò để cúi xuống vốc nước sông mà uống, không may bị ngã nhào xuống sông. Anh vốn không biết bơi nên vừa ngã xuống sông đã uống liền mấy ngụm nước lớn, rồi sặc sụa chìm dần. Người đầy tớ hoảng quá liền la lên: "Ai cứu được ông chủ tôi, xin thưởng năm quan tiền!"

Anh nhà giàu đang sắp chìm nghỉm xuống sông, vừa nghe được câu đó liền gượng hết sức ngoi đầu lên hét lớn: "Không được! Ba quan thôi! Năm quan đắt quá, thà chết còn hơn!"

Có lẽ không ai trong chúng ta lại giống như anh nhà giàu hà tiện quá độ này! Nhưng sự thật là ở một mức độ nhất định nào đó, hầu hết chúng ta đều ít nhiều mắc phải căn bệnh "hà tiện quá độ" kia.

Anh nhà giàu trong câu chuyện quả thật không phân biệt được giá trị thật có và giá trị quy ước của "năm quan tiền", nên mới buông ra một câu là "thà chết còn hơn". Sự thật là, một khi anh ta đã không giữ được mạng sống của mình thì dù có năm vạn quan cũng chẳng có chút giá trị gì, huống là năm quan! Suốt đời anh ta chỉ biết tích cóp tiền bạc, chỉ mong muốn có được ngày càng nhiều tiền, nhưng lại quên mất một điều là tiền đó dùng để làm gì!

Đôi khi chúng ta cũng rất thường quên mất điều đó! Chúng ta mong muốn có được những số tiền lớn, nhưng rồi quên mất là bản thân những số tiền ấy chẳng giúp được gì cho ta cả. Công năng của chúng là được dùng để đổi lấy những thứ ta cần, chứ không phải để cất kỹ và ngắm nghía! Anh nhà giàu kia nếu hiểu được điều đó, hẳn đã không giữ kỹ tiền trong túi mà nhịn khát, để đến nỗi phải uống nước sông và ngã chết! Chúng ta nếu hiểu được điều đó, cũng sẽ không vì tham tiếc tiền bạc mà đánh mất đi nhiều giá trị cao quý trong cuộc sống!

Gần đây có rất nhiều quan chức tham nhũng bị phát hiện và trừng trị. Khi phải vào tù, chắc chắn những người ấy sẽ nhận ra rằng số tiền mà họ kiếm được hoàn toàn không thể mang lại cuộc sống tự do, hạnh phúc! Thế nhưng trước đó họ đã không nhớ đến điều này. Họ đã đánh mất nhân cách, lương tri, niềm tin của bạn bè, của xã hội, thậm chí sẵn sàng nhúng tay vào những việc làm phi pháp, phi đạo đức, chỉ để đổi lấy những mảnh giấy vô tri vô giác! Và họ phải trả giá cho những sai lầm đó bằng chính cuộc đời mình, bởi vì tiền bạc mà họ kiếm được hoàn toàn không có chút giá trị thật nào cả!

Nhận thức đúng về giá trị của tiền bạc sẽ giúp chúng ta không rơi vào sai lầm trong suy nghĩ và hành động. Quả thật, chúng ta luôn cần tiền để thỏa mãn những nhu cầu trong cuộc sống. Nhưng những nhu cầu đó luôn có giới hạn nhất định, và chúng ta cũng có thể học cách sống tri túc để giới hạn một cách hợp lý mọi nhu cầu của mình. Nhưng lòng tham của chúng ta lại không bao giờ có giới hạn! Khi đói, chúng ta thèm ăn. Khi no, cảm giác thèm ăn không còn nữa. Nhưng nếu chúng ta thèm khát tiền bạc, những con số sẽ chẳng bao giờ có giới hạn, bởi vì chúng ta sẽ chẳng bao giờ được thỏa mãn! Lòng tham của chúng ta sẽ vẫn tiếp tục được nuôi dưỡng cho dù ta có tích lũy được hàng chục triệu, hàng trăm triệu, cho đến hàng trăm tỷ đồng...

Nhận thức đúng về giá trị của tiền bạc, chúng ta sẽ sử dụng tiền kiếm được một cách hợp lý hơn, và sẽ không bao giờ bị cuốn hút theo tiền bạc đến nỗi quên đi những giá trị thật có khác trong cuộc sống. Thật vô lý nếu như vợ chồng bất hòa chỉ vì số tiền kiếm được trong tháng đã không được như mong muốn. Quả thật là sự thiếu hụt tiền bạc có thể làm cho cuộc sống gia đình phần nào đó khó khăn hơn, nhưng sự bất hòa cũng không giải quyết được điều đó! Ngược lại, nó chỉ càng làm cho vấn đề trở nên tồi tệ hơn mà thôi. Nếu chúng ta có thể vui vẻ cùng nhau chấp nhận khó khăn, chắc chắn là khó khăn ấy sẽ được giảm nhẹ, ít nhất cũng là về mặt tinh thần. Như ca dao ta có câu:

Râu tôm nấu với ruột bầu,
Chồng hòa vợ thuận gật đầu khen ngon!

Râu tôm và ruột bầu đều là những thứ bỏ đi, không ăn được. Nhưng đôi vợ chồng này nghèo khó đến mức phải ăn cả những thứ bỏ đi đó! Vậy mà nhờ có sự hòa thuận trong gia đình nên họ vẫn có thể "gật đầu khen ngon" khi ăn bát canh ruột bầu nấu với râu tôm! Thật đáng tiếc cho rất nhiều người trong chúng ta chưa đến mức phải ăn "râu tôm nấu với ruột bầu" nhưng lại không giữ được hòa khí trong gia đình ngay cả khi gặp phải những khó khăn không lớn lắm!

Khi bạn có một công việc kinh doanh thuận lợi, số tiền kiếm được mỗi ngày có vẻ như là tất cả những gì bạn cần. Nhưng rồi bất chợt một biến cố xảy ra - và cuộc sống luôn có rất nhiều biến cố như thế. Một người thân của bạn qua đời chẳng hạn. Nỗi đau khổ tràn ngập trong tâm hồn bạn, thậm chí bạn cảm thấy như không còn thiết sống nữa! Lúc này, những khoản tiền thu nhập mỗi ngày của bạn sẽ không còn chút hấp lực nào. Bạn không còn quan tâm đến chúng, bởi vì chúng chẳng giúp được gì trong việc làm vơi đi nỗi khổ đau trong lòng bạn! Chính trong những lúc này bạn mới có thể dễ dàng nhận ra được tính chất tương đối của giá trị tiền bạc, bởi vì ngoài việc giúp thỏa mãn những nhu cầu vật chất thì có vẻ như nó chẳng thể giúp bạn làm được thêm điều gì khác, trừ khi bạn có đủ hiểu biết để sử dụng nó một cách thật khôn ngoan.

Nhận thức đúng về giá trị của tiền bạc không có nghĩa là xem thường tiền bạc. Thật vô lý khi chúng ta đang cần đến tiền bạc mỗi ngày để đáp ứng mọi nhu cầu sinh hoạt mà lại xem thường tiền bạc. Tuy nhiên, nhận thức đúng về giá trị của tiền bạc có nghĩa là chúng ta luôn nghĩ đến tiền bạc chỉ như một phương tiện để thỏa mãn những nhu cầu trong cuộc sống mà không phải là sự tham đắm và tích lũy ngày càng nhiều những mảnh giấy vô tri giác kia!

Sai lầm của một số người trong việc chạy theo tiền bạc đã dẫn đến những định kiến không tốt của xã hội về tiền bạc. Không ít người trong chúng ta vẫn tin vào câu nói "vi phú bất nhân"¹ và có một định kiến không mấy tốt đối với những người giàu có. Thật ra, chỉ cần chúng ta không bị tham đắm và chạy theo tiền bạc, còn bản thân việc làm ra nhiều tiền không phải là một tội lỗi. Gần đây thường nghe nói đến cụm từ "làm giàu chính đáng", cũng chính là để phân biệt rõ những trường hợp này. Nếu chúng ta biết vận dụng tài năng và sức lực của chính mình để làm ra nhiều tiền bạc, điều đó hoàn toàn không có nghĩa là chúng ta phụ thuộc vào tiền bạc. Điều quan trọng hơn cần xét đến ở đây chính là nhận thức đúng của chúng ta về tiền bạc, nghĩa là có thể hiểu được giá trị đích thực của đồng tiền để luôn sử dụng nó một cách đúng đắn phục vụ cho hạnh phúc của bản thân và mọi người quanh ta. Xã hội ngày nay không còn là xã hội của những kẻ làm giàu "thất đức" và những người nghèo khó luôn bị bóc lột đến tận xương tủy. Chúng ta đã có được mọi điều kiện thuận lợi trong cuộc sống để tự mình nỗ lực vươn lên, và do đó bất cứ ai có sự chuyên cần nỗ lực đều sẽ được đền đáp xứng đáng!

Nói tóm lại, mặc dù có sự khác biệt về mức thu nhập của từng loại công việc, nhưng chúng ta không nên xem tiền bạc như là thước đo giá trị của công việc. Bởi vì có những công việc mang lại cho ta ít tiền hơn nhưng lại có nhiều giá trị tinh thần khác, chẳng hạn như niềm say mê và sự vui sống. Có những công việc tạo điều kiện cho chúng ta tiếp xúc và giúp đỡ nhiều người khác, và nếu ta có thể cảm nhận được ý nghĩa và niềm vui trong một công việc như thế thì giá trị tiền bạc rõ ràng không còn là yếu tố quyết định duy nhất!

Khi nền kinh tế xã hội ngày càng phát triển, chúng ta không còn quá khó khăn trong việc thỏa mãn những nhu cầu tối thiểu như ăn no mặc ấm. Vấn đề lúc này thường phải là ăn ngon mặc đẹp và những tiện nghi đời sống khác nữa... Trong

---

[1] Vi phú bất nhân hĩ, vi nhân bất phú hĩ. - Người giàu có thì không nhân đức, người nhân đức thì không giàu có. - Mạnh Tử

điều kiện như thế, việc chọn lựa một công việc để mang lại cuộc sống hạnh phúc chắc chắn không thể chỉ xem xét qua mức thu nhập công việc ấy mang lại, mà còn cần phải xét đến nhiều yếu tố khác nữa, chẳng hạn như môi trường làm việc, ý nghĩa công việc, sự thích hợp với quan điểm sống cũng như khả năng phục vụ của mỗi người... Vị trí thống trị của tiền bạc trong một xã hội "có tiền mua tiên cũng được" đã không còn nữa. Khi trình độ tri thức và những giá trị tinh thần được nâng cao thì giá trị của đồng tiền chắc chắn sẽ ngày càng bộc lộ rõ tính chất tương đối và hạn chế của nó. Vấn đề của mỗi chúng ta là phải sớm nhận ra điều đó để không mắc phải những sai lầm đáng tiếc trong cuộc sống.

Chấp nhận nghịch cảnh

Chúng ta không đủ may mắn được sống trong một thiên đàng trên mặt đất để có thể gặp toàn những điều như ý. Sự thật là cuộc sống quanh ta luôn đầy dẫy những điều bất như ý, những nghịch cảnh phải vượt qua. Cho dù bạn đang làm bất cứ loại công việc nào, những điều trái ý vẫn luôn là chuyện tất nhiên phải có trong công việc.

Nếu được hỏi về những gì không hài lòng trong công việc, tôi tin là bạn sẽ không biết phải bắt đầu từ đâu, bởi thường có quá nhiều chuyện để "kể lể" về một chủ đề như thế. Nếu bạn có đủ may mắn để gặp được những người đồng nghiệp tốt, hẳn vẫn còn nhiều chuyện phải nói về mối quan hệ với ông chủ hoặc với trưởng phòng, giám đốc... Và nếu như bạn không gặp phải những khó khăn trong quan hệ với mọi người, bạn cũng chưa hẳn đã có đủ may mắn để có được một khoản thu nhập đáng hài lòng, hoặc những thuận lợi thường xuyên trong công việc... Thậm chí điều thường gặp hơn nữa là bạn rất ít khi được quyền chọn lựa những công việc để làm theo sở thích, mà luôn ít nhiều chịu sự quy định của những hoàn cảnh khách quan hoặc theo ý muốn của người khác. Nói chung, nếu phải tìm ra những điểm không hài lòng trong công việc, chắc chắn là bạn sẽ không phải mất nhiều thời gian suy nghĩ.

Nhưng điều ngược lại cũng là một thực tế thường bị bỏ qua không nghĩ đến. Đó là, cũng luôn có rất nhiều điểm đáng hài lòng trong công việc, cho dù bạn đang làm bất cứ loại công việc gì, trong bất cứ hoàn cảnh làm việc như thế nào. Ít nhất trong môi trường làm việc cũng phải có một ai đó đáng để bạn quan tâm, ưa thích hoặc yêu mến. Ít nhất công việc bạn đang làm cũng phải có một vài ưu điểm nào đó không thể có trong những công việc khác. Và ít nhất thì công việc đang làm cũng có thể giúp bạn duy trì được cuộc sống cho bản thân và gia đình, cho dù là trong một điều kiện không được thong thả lắm.

Trong thực tế, những điều hài lòng và không hài lòng luôn đan xen với nhau quanh bạn như những mảng màu xanh đỏ được trang trí trên một chiếc bánh kem. Bạn không thể đi tìm một công việc hoàn toàn chỉ có những điều đáng hài lòng, nhưng cũng không bao giờ có một công việc chỉ hoàn toàn làm cho bạn thất vọng. Vấn đề là bạn phải biết nhận ra thực tế này để đừng bao giờ cường điệu hóa những điều trái ý gặp phải trong công việc.

Khi chấp nhận những điều trái ý, những nghịch cảnh trong công việc như một thực tế tất nhiên phải có, chúng ta sẽ thấy dễ chịu hơn nhiều trong việc đối mặt và vượt qua, hoặc thậm chí chỉ là để chịu đựng trong một thời gian nào đó. Nhận thức này bao giờ cũng giúp ta tránh được những thái độ bực dọc, cau có không cần thiết, và nhờ đó mà luôn giữ được sự sáng suốt trong việc quyết định mọi công việc. Ngược lại, sự phàn nàn hay than trách chẳng bao giờ giúp ta giải quyết được bất cứ điều gì, mà ngược lại chỉ mang đến sự khó chịu cho những người quanh ta. Điều này rất dễ làm cho mọi người dần xa lánh ta, và hệ quả tất nhiên là ta sẽ không có được những sự giúp đỡ từ người khác khi cần thiết.

Khi bạn làm việc chăm chỉ và thể hiện năng lực rất tốt trong công việc, bạn có quyền hy vọng và thậm chí là đòi hỏi sự thăng tiến. Tuy nhiên, nếu điều đó không xảy ra, chẳng hạn như người được đề bạt lại là một đồng nghiệp mà bạn tin chắc là yếu kém hơn mình, bạn cũng không nên để cho việc đó nuôi lớn sự thất vọng. Bạn có quyền nêu lên ý kiến của mình với người có trách nhiệm, nhưng không nên để cho sự thất vọng làm thay đổi thái độ làm việc cũng như niềm vui trong công việc. Bởi vì điều đó hoàn toàn không giúp bạn làm thay đổi sự việc!

Những điều tương tự như thế vẫn thường xảy ra trong thực tế, và bao giờ cũng có những nguyên nhân, những lý do nhất định mà đôi khi bạn không thể hiểu hết. Điều duy nhất chắc chắn bạn có thể biết được là sự thật đã xảy ra, cho dù đó là một sự thật trái ý. Và bạn phải chấp nhận sự thật ấy theo cách tối ưu nhất, có lợi nhất cho bản thân cũng như cho mọi người chung quanh.

Có những lúc bạn phải làm việc nhiều hơn mức thông thường nhưng lại không nhận được mức thù lao hợp lý, chẳng hạn như khi công ty gặp khó khăn. Bạn có thể than phiền và cảm thấy bực tức vì việc này, nhưng điều đó không mang lại kết quả gì tốt đẹp. Điều tốt hơn có thể làm là hãy nhìn sự việc với một thái độ cảm thông và rộng mở hơn. Bạn đang làm việc trong một tập thể, và sự tồn tại của bạn gắn liền với sự tồn tại của tập thể đó. Những khó khăn mà công ty đang gặp phải có thể là hoàn toàn khách quan, không phải do ý muốn của ban giám đốc hay người chủ công ty, và mọi người nên cùng nhau chèo chống để vượt qua giai đoạn khó khăn ấy. Xét cho cùng, cũng sẽ có những lúc công ty làm ăn thuận lợi và mọi nhân viên công ty được bù đắp thỏa đáng.

Nhưng ngay cả khi bạn đang là đối tượng của những người sử dụng lao động không đúng theo luật định, thì sự than phiền hay bực tức cũng sẽ không mang lại được điều gì. Điều khôn ngoan hơn là phải xác định chắc chắn vấn đề và có những thái độ phản đối thích hợp với người có trách nhiệm, hoặc thậm chí là nghỉ việc. Còn một khi bạn đã chấp nhận tiếp tục hợp tác thì không nên để cho những cảm xúc tiêu cực làm mất đi niềm vui trong công việc.

Tiền lương cũng là một trong những điểm không hài lòng rất thường gặp. Tuy nhiên, nếu bạn đã chấp nhận một công việc nào đó thì việc than phiền về tiền lương chỉ có thể nuôi lớn thêm cảm giác bực dọc mà không giúp ích được gì. Điều tốt hơn là bạn nên hài lòng với sự chọn lựa của chính mình cho đến khi có một quyết định thay đổi. Hơn thế nữa, tiền lương không phải là giá trị duy nhất của công việc. Bạn cần cân nhắc đến những yếu tố khác nữa, chẳng hạn như sự say mê công việc hay những mối quan hệ tốt đẹp trong công việc mà bạn đang có được.

Nói chung, có rất nhiều điều trong thực tế mà bạn không thể thay đổi được. Trong những trường hợp ấy, cảm giác không hài lòng và thái độ than phiền hay bực dọc sẽ chẳng bao giờ là giải pháp cho vấn đề. Bạn cần phải biết chấp nhận những nghịch cảnh và duy trì niềm vui trong công việc để vượt qua, bởi vì điều đó bao giờ cũng sẽ là tốt nhất cho bản thân bạn cũng như cho mọi người chung quanh.

Không chỉ là công việc

Thật đáng buồn cho những ai chỉ xem công việc đang làm như một phương tiện để kiếm tiền, bởi vì nhận thức này không những hoàn toàn sai lầm không đúng với thực tế mà còn là một trong những nguyên nhân chính làm mất đi niềm vui trong công việc.

Cho dù bạn đang làm bất cứ loại công việc nào, sự thật là cuộc sống của bạn vốn dĩ đã gắn liền với công việc. Công việc không chỉ chiếm một khoảng thời gian rất lớn trong cuộc sống, mà còn là môi trường giao tiếp, là điều kiện nảy sinh và nuôi dưỡng nhiều quan hệ tình cảm, cũng như là nơi để bạn sử dụng và phát triển năng lực tinh thần cũng như trí tuệ. Không có công việc, bạn không chỉ đơn thuần là không có thu nhập, mà sự thật là đã đánh mất đi một phần quan trọng trong cuộc sống. Không có công việc, bạn không thể chứng tỏ được mình là người hữu ích cho xã hội. Vì thế, sự rỗi rãnh thường xuyên không phải là điều đáng mơ ước như một số người lầm tưởng, mà sự thật là một tình trạng rất đáng sợ vì nó luôn làm cho chúng ta có cảm giác là người vô dụng trong xã hội.

Nền tảng giáo dục trong gia đình và cả ở trường học ngay từ những năm đầu đời đã hướng chúng ta về công việc. Năng khiếu của mỗi người luôn được phát triển và rèn luyện hướng về một công việc trong tương lai. Những năm tháng miệt mài trên ghế nhà trường xét cho cùng cũng là để chuẩn bị tốt cho công việc mà bạn sẽ làm sau khi tốt nghiệp. Và ngay cả việc rèn luyện đạo đức, nhân cách cũng góp phần trong sự chuẩn bị này, bởi vì chính đạo đức và nhân cách là những yếu tố quan trọng trong công việc. Xét cho cùng, nếu một người có nhân cách và đạo đức tốt thì anh ta không thể không biểu hiện những điều đó qua công việc.

Vì thế, nếu chúng ta xem công việc chỉ là một phương tiện để kiếm tiền, chính là ta đã hạ thấp giá trị thật có của công việc, và cũng đồng thời phản bội lại sự kỳ vọng của gia đình và xã hội vào sự trưởng thành của bản thân ta, cũng như phủ nhận công lao và tâm huyết của những bậc thầy đã dạy dỗ, dẫn dắt và rèn luyện chúng ta từ thơ ấu cho đến lúc nên người.

Sự nghiệp của mỗi người được gầy dựng qua công việc mà người ấy theo đuổi. Ngoài khoản tiền lương hay thu nhập hằng ngày, hằng tháng, mỗi chúng ta đều có những ước mơ, những hy vọng nhất định trong việc phát triển công việc, phát triển năng lực của bản thân, và thông qua đó mà gầy dựng sự nghiệp đời mình.

Khi bạn làm chủ một cơ sở sản xuất chẳng hạn, điều bạn quan tâm không chỉ duy nhất là lợi nhuận thường niên, mà chắc chắn là bạn còn luôn mong muốn khẳng định được thương hiệu của mình qua chất lượng và uy tín của sản phẩm. Để làm được điều đó, có khi bạn phải mất rất nhiều thời gian và công sức, phải có nhiều tâm huyết với công việc mới có thể từng bước khắc phục những yếu kém để ngày càng hoàn thiện công việc của mình. Tất cả những điều đó mang lại cho bạn một niềm tự hào chính đáng khi sản phẩm được khách hàng chấp nhận, được nổi tiếng trên thị trường... Và rõ ràng là bạn không thể đánh giá tất cả những điều ấy chỉ qua giá trị tiền bạc.

Chỉ khi nhận rõ được những ý nghĩa nêu trên, chúng ta mới có thể thực sự yêu thích công việc của mình. Bởi vì chúng ta biết rằng những nỗ lực trong công việc không chỉ là để kiếm được nhiều tiền hơn, mà còn luôn là sự phát huy tính sáng tạo để đạt được những thành quả nhất định mang dấu ấn cá nhân, qua đó khẳng định ý nghĩa sự tồn tại của bản thân mình trong xã hội.

Nói theo một cách văn vẻ hơn, hết thảy mọi thành quả của những công việc khác nhau trong xã hội đều là những tác phẩm nghệ thuật mà mỗi cá nhân thực hiện để dâng tặng cho toàn xã hội. Bạn có thể hoài nghi điều này, nhưng tôi xin mời bạn hãy cùng tôi đến thăm một đại lộ nào đó giữa trung tâm thành phố vào một buổi sáng sớm. Hôm nay chúng ta sẽ tạm gác lại ly cà phê sáng để cùng nhau đứng im lặng dưới một gốc cây cổ thụ ven đường và ngắm nhìn người công nhân đang cần mẫn quét từng chiếc lá khô, từng mảnh giấy vụn nằm vung vãi trên đường phố... Chỉ khoảng mười phút thôi, chúng ta sẽ có ngay một khoảng đường sạch đẹp để ngắm nhìn. Bạn có thể nào phủ nhận sự góp phần của người công nhân vệ sinh trong việc giữ cho đường phố sạch đẹp? Sự thật là nếu không có những bàn tay cần mẫn ấy, thành phố xinh đẹp này của chúng ta mỗi ngày hẳn đã phải chìm ngập trong hàng tấn rác thải! Và nghệ thuật là gì nếu không phải là cái đẹp quanh ta để ngắm nhìn, chiêm ngưỡng?

Trong ý nghĩa đó, người công nhân quét rác đang làm nghệ thuật, người thợ nề trên công trường xây dựng kia cũng đang làm nghệ thuật... cho đến hàng trăm, hàng nghìn người công nhân sản xuất trong thành phố này cũng đang làm nghệ thuật, vì có người thợ nào lại không cố hết sức mình để làm ra những sản phẩm đẹp hơn?

Thật đáng buồn nếu chúng ta không nhìn sâu vào thực tế để thấy được những nét đẹp thật có trong công việc mình đang làm. Mỗi một công việc lớn nhỏ trong xã hội xét cho cùng đều là nhắm đến việc phục vụ cho cuộc sống con người. Mỗi một công việc - cho dù là nhỏ nhoi hay đơn giản nhất - khi được thực hiện bởi bàn tay và khối óc của con người đều biểu lộ được tính sáng tạo và sự khao khát vươn lên hoàn thiện. Tôi nhớ có rất nhiều lần chiếc xe cũ kỹ của tôi bị thủng bánh, và tôi phải ghé vào một tiệm nhỏ ven đường nào đó để vá ép. Trong những lúc ngồi chờ, tôi thường chăm chú quan sát thao tác của những người thợ khi vá xe, và phát hiện ra một điều là tuy vẫn cùng làm một công việc đơn giản ấy nhưng mỗi người thợ đều có một cách làm rất riêng của mình. Có vẻ như ai cũng muốn làm sao cho công việc được nhanh hơn và thực hiện được những miếng vá đẹp hơn. Có người thợ khi cắt xong miếng vá, đưa lên ngắm nghía và thấy không hài lòng, lại tỉ mỉ dùng kéo cắt lại đường viền chung quanh cho thật đẹp. Kể cũng lạ, chỉ là một miếng vá rồi sẽ nằm yên bên trong vỏ xe chẳng còn ai trông thấy, thế mà người làm ra nó vẫn muốn cho đẹp hơn, tốt hơn! Có lần, tôi không ngăn được sự tò mò đã đặt câu hỏi về việc này. Anh thợ nhìn tôi có vẻ hơi ngạc nhiên rồi vui vẻ giải thích: "Tuy chẳng là bao nhiêu, nhưng đã lấy tiền của khách thì phải làm cho xứng đáng. Nếu đường viền của miếng vá không được cắt kỹ, miếng vá sẽ rất dễ bị bong ra."

Làm sao chúng ta có thể không trân trọng những cách suy nghĩ như thế? Ai có thể cho rằng những công việc nhỏ nhoi là đáng xem thường? Trong thực tế, có biết bao kẻ quyền cao chức trọng nhưng lại không thể hiện được một tinh thần trách nhiệm tương tự như thế!

Vì thế, tôi luôn cho rằng không có nghề nghiệp nào là thấp hèn hay cao quý, chỉ có những con người trong khi thực hiện công việc của mình đã tạo nên sự thấp hèn hay cao quý mà thôi. Những công việc khác nhau trong xã hội thể hiện những năng lực và trình độ chuyên môn, trí tuệ khác nhau, nhưng điều đó hoàn toàn không có nghĩa là chúng sẽ tạo nên những con người thấp hèn hay cao quý. Ai cũng tin rằng những người làm thầy thuốc hoặc thầy giáo là cao quý, nhưng thực tế cho thấy vẫn có những bác sĩ vô lương tâm hoặc những giáo viên thiếu phẩm chất đạo đức. Ngược lại, trong số công nhân lao động ngày đêm thực hiện những công việc tưởng chừng như nhỏ nhặt, không quan trọng lại cũng có không ít những tấm gương vị tha, giàu tinh thần trách nhiệm và đạo đức.

Bởi vậy, công việc không chỉ đơn thuần là công việc như nhiều người vẫn tưởng. Nếu chúng ta biết nhìn sâu hiểu đúng thì hết thảy mọi công việc đều đáng trân trọng, vì tất cả đều đang góp phần làm đẹp hơn cho xã hội. Công việc của mỗi người bao giờ cũng là sự biểu hiện của nhân cách, năng lực, trí tuệ và những phẩm chất đạo đức của con người đó. Nếu hiểu được như thế, chúng ta sẽ thấy yêu quý công việc của mình hơn. Và đó chính là một trong những điều kiện tất yếu để có được niềm vui trong công việc.

Giọt mồ hôi thanh thản

*Đ*iểm giống nhau của tất cả mọi công việc trong xã hội là luôn đòi hỏi chúng ta phải hoạt động, cho dù đó là sự hoạt động của trí não hoặc chân tay, hoặc thậm chí là cả hai. Và vì hoạt động nên tất yếu chúng ta sẽ phải mệt mỏi sau một thời gian làm việc. Như vậy, sự mệt mỏi ở từng mức độ khác nhau là điều tất nhiên không sao tránh khỏi. Tuy nhiên, những khuynh hướng tác động khác nhau của sự mệt mỏi khi làm việc đối với trạng thái tinh thần, tình cảm của chúng ta lại có rất nhiều điều đáng nói.

Có một khuynh hướng chung nhất mà hầu hết chúng ta đều xem là "tự nhiên". Đó là tâm trạng bực dọc, dễ cáu gắt khi mỏi mệt. Vì khuynh hướng này được thấy ở đa số, nếu không muốn nói là hầu hết mọi người, nên điều dễ hiểu là nó thường được xem như một khuynh hướng tự nhiên thuộc về bản chất con người. Nhưng điều đó thật ra có đúng chăng?

Hãy thử đặt ra một câu hỏi: "Sự cáu gắt và bực dọc có giúp ta giảm bớt mệt nhọc hay không?" Câu trả lời chắc chắn là không! Hơn thế nữa, nếu nói một cách chính xác thì nó còn có phần làm tăng thêm mức độ mệt nhọc hiện có trong lúc đó. Vậy điều gì đã khiến hầu hết chúng ta đều rơi vào khuynh hướng vô lý này?

Trong thực tế, vẫn có một số người tỏ ra rất hiếm khi rơi vào khuynh hướng này. Nổi bật trong số đó là những người làm công tác thiện nguyện hay các hoạt động từ thiện xã hội. Trong những chuyến đi cứu trợ nạn lụt miền Trung chẳng hạn, một vị nữ tu đã kể lại với tôi về đoạn đường đầy gian khó để đến được những xóm làng heo hút, xa xôi, mang theo phẩm vật cứu trợ bằng những phương tiện chuyên chở không mấy gì hiện đại. Sau những đoạn đường như thế, hết thảy mọi người đều mệt nhoài. Tuy nhiên, họ vẫn luôn nở những nụ cười rất tươi để có thể an ủi và xoa dịu nỗi đau mất mát cho những người dân vùng lũ lụt.

Gần gũi hơn trong cuộc sống hằng ngày là những khi chúng ta tự nguyện làm một điều gì để giúp đỡ ai đó, với một ý nghĩa nhất định nào đó. Trong những trường hợp này, cho dù mệt nhọc đến đâu chúng ta cũng rất ít khi rơi vào tâm trạng bực dọc hoặc cáu gắt. Vì sao vậy? Bởi vì chúng ta luôn hiểu được ý nghĩa và mục đích của công việc đang làm, và chúng ta biết rằng tâm trạng cáu gắt, bực dọc là đi ngược lại với ý nghĩa, mục đích ấy. Khi đến giúp một người bạn thân lợp lại mái nhà chẳng hạn, cho dù mệt nhọc bạn cũng không thể tỏ ra bực dọc hoặc cáu gắt.

Còn nhớ vào những năm khuynh hướng bao cấp còn tồn tại, mỗi lần đi mua sắm ở các hợp tác xã hay cửa hàng mậu dịch quốc doanh, chúng ta ai cũng thấy quen thuộc với khuôn mặt lạnh lùng hoặc cau có của những cô bán hàng. Có cảm giác như họ luôn thấy phiền lòng mỗi khi có người đến mua hàng và họ phải phục vụ. Đó là vì việc mua bán ấy hầu như không ảnh hưởng gì đến tiền lương của họ, và bản thân họ lại chẳng hiểu gì về những ý nghĩa thật có của công việc mà họ đang làm.

Ngược lại, ngày nay khi đi mua sắm, dù là ở siêu thị hay các gian hàng bán lẻ, chúng ta luôn bắt gặp những nụ cười thân thiện, cởi mở và mời gọi, cùng với những lời giải thích tận tình và vui vẻ của những cô bán hàng. Đó là vì doanh số bán hàng có ảnh hưởng trực tiếp đến thu nhập của họ và họ luôn hiểu được những ý nghĩa của công việc đang làm. Hơn bao giờ hết, tôn chỉ "khách hàng là thượng đế" đang được thực hiện ở khắp mọi nơi trong các hoạt động thương mại cũng như dịch vụ.

Vấn đề có thể rút ra từ đây là, khi chúng ta hiểu rõ được mục đích, ý nghĩa cũng như hiệu quả của công việc đang làm, chúng ta thường không rơi vào trạng thái bực dọc hoặc dễ cáu gắt khi mệt nhọc. Nếu bạn thường xuyên mang vẻ mặt đưa đám và buông ra những lời cáu gắt với khách hàng, cơ sở kinh doanh của bạn sẽ có nhiều nguy cơ biến một nơi rất... rộng rãi và yên tĩnh!

Dù vậy, rất nhiều người trong chúng ta tuy không cáu gắt với khách hàng nhưng lại thường quay sang cáu gắt với đồng nghiệp hoặc nhân viên cấp dưới vào những lúc mệt nhọc. Đó là vì cái khuynh hướng "bực dọc và cáu gắt" của chúng ta vẫn nhất định phải tìm chỗ để... thoát ra. Và cũng bởi vì chúng ta không nhận thức đúng về những ý nghĩa của công việc đang làm.

Nếu chúng ta phân tích sâu vào ý nghĩa của công việc, chúng ta sẽ thấy rằng không chỉ "khách hàng là thượng đế" mà ngay cả những đồng nghiệp, những người cộng sự quanh ta, thậm chí những nhân viên cấp dưới của ta cũng đều là thượng đế! Vì sao vậy? Vì trong khi khách hàng là người trực tiếp mang lợi nhuận đến cho chúng ta thì chính những người đồng nghiệp, những người cộng sự, cho đến những nhân viên cấp dưới của ta đều là những người đang cùng ta góp phần làm ra lợi nhuận. Nếu hiểu được điều này, chúng ta chắc chắn sẽ không thể cau mày gắt gỏng với họ, bởi vì thật ra họ cũng rất cần được trân trọng không kém những khách hàng. Trong thực tế, những người kinh doanh giỏi thường cũng là những người biết cư xử hòa hợp và chiếm được cảm tình của hầu hết những người được tiếp xúc với họ.

Vì thế, chúng ta có thể kiềm chế tâm trạng bực dọc và dễ cáu gắt vào những lúc mệt nhọc bằng cách phân tích để thấy rằng những người quanh ta không có ai đáng là đối tượng của tâm trạng ấy. Tuy nhiên, để giải tỏa hoàn toàn tâm trạng tiêu cực này, chúng ta cần tự mình đặt ra và trả lời câu hỏi: "Liệu tâm trạng bực dọc và cáu gắt có giúp làm giảm bớt sự mệt nhọc của ta hay không?"

Khi tự mình trả lời câu hỏi này, chúng ta sẽ nhận ra ngay rằng tâm trạng bực dọc và cáu gắt hoàn toàn không giúp gì được cho chúng ta trong việc làm giảm bớt sự mệt nhọc. Ngược lại, một phần lớn năng lượng tinh thần sẽ bị mất đi bởi tâm trạng tiêu cực này, và vì thế mà chúng ta sẽ càng cảm thấy mệt nhọc hơn. Trong những trường hợp mà sự bực dọc và cáu gắt của chúng ta được biểu lộ ra thành hành động và lời nói thì không chỉ là năng lượng tinh thần, mà còn có cả một phần lớn năng lượng thể chất cũng sẽ bị tiêu hao. Hậu quả tất nhiên là sức lực của chúng ta sẽ càng thêm cạn kiệt.

Ngay khi chúng ta nhận ra được tính chất vô lý của khuynh hướng bực dọc và cáu gắt, tâm trạng tiêu cực này sẽ lập tức được giải tỏa, và chúng ta sẽ lấy lại được một nguồn năng lượng tinh thần mạnh mẽ có thể giúp ta nhanh chóng hồi phục sức lực đã mất đi qua thời gian làm việc.

Khuynh hướng bực dọc và cáu gắt khi mệt nhọc vốn chỉ là một kiểu thói quen xấu mà chúng ta đã vô tình mắc phải. Trong thực tế, việc nhận thức đúng về những ý nghĩa thật có của công việc - như đã thảo luận trong một phần trước - không chỉ giúp chúng ta loại trừ được thói quen xấu này mà còn có thể giúp chúng ta tìm được niềm vui trong công việc. Và niềm vui trong công việc luôn giúp ta giảm nhẹ sự mệt nhọc ngay cả trong những hoàn cảnh căng thẳng nhất.

Mặt khác, khi chúng ta loại bỏ được khuynh hướng bực dọc và cáu gắt, những người quanh ta chắc chắn sẽ cảm thấy dễ chịu hơn và dễ gần gũi với ta hơn. Điều này sẽ tạo điều kiện cho những quan hệ tình cảm trong môi trường làm việc dễ dàng nảy nở và gắn bó ngày càng bền chặt hơn. Đây cũng chính là một trong những yếu tố quan trọng góp phần làm cho môi trường làm việc của chúng ta trở nên tốt đẹp hơn, thoải mái hơn và mang lại nhiều niềm vui hơn.

Thử tưởng tượng khi trên đường đi đến sở làm bạn luôn có thể hình dung ra sự chào đón nồng nhiệt và vui vẻ của các bạn đồng nghiệp, những nụ cười rất tươi khi gặp nhau và chào hỏi, những câu chuyện đầy cảm thông và chia sẻ vào những giờ nghỉ giải lao... Tất cả những điều đó luôn góp phần làm vơi đi sự mệt nhọc của bạn trong công việc. Và vì thế, ngay cả trong những lúc phải làm việc rất căng bạn vẫn có thể tìm thấy cho mình một niềm vui thanh thản trong công việc.

Sự mệt nhọc sau những giờ làm việc là điều không sao tránh khỏi. Thậm chí có những khi công việc phát triển thuận lợi chúng ta lại càng phải làm việc nhiều hơn, căng thẳng hơn do khối lượng công việc gia tăng, và vì thế mà cũng chắc chắn là sẽ mệt nhọc hơn. Những giọt mồ hôi đổ ra trong công việc là điều tất nhiên, thậm chí còn là niềm tự hào chính đáng của chúng ta về những đóng góp cho xã hội. Tuy nhiên, nếu chúng ta biết loại bỏ những tâm trạng và cảm xúc tiêu cực thì chắc chắn là những giọt mồ hôi ấy sẽ chỉ nhỏ xuống trong niềm vui và sự thanh thản mà không phải là sự bực dọc hay cáu gắt.

Đừng bao giờ bận rộn

Cho dù bạn đang làm bất cứ loại công việc gì, điều chắc chắn là một khi công việc phát triển tốt thì khối lượng công việc chắc chắn sẽ gia tăng, và do đó mà bạn cũng sẽ phải làm việc nhiều hơn, tích cực hơn.

Lấy ví dụ từ một cửa hàng bán lẻ hay một tiệm hớt tóc chẳng hạn, khi lượng khách đột nhiên gia tăng gấp đôi, chắc chắn là sẽ không ai lại muốn từ chối phục vụ khách. Và vì thế mọi nhân viên đều phải gia tăng tốc độ cũng như thời gian làm việc. Nếu sự gia tăng này tiếp tục kéo dài, giải pháp tiếp theo phải là tăng thêm số nhân viên, nhưng trước khi điều đó xảy ra thì chắc chắn vẫn phải có một thời gian "quá tải".

Và điều tất nhiên khi bạn làm chủ một cơ sở kinh doanh hay sản xuất vẫn là luôn mong muốn cho khối lượng công việc được gia tăng càng nhiều càng tốt, ngay cả khi điều đó sẽ làm cho bạn mệt nhọc hơn. Tuy nhiên, hệ quả tất yếu khi bạn có quá nhiều việc để làm là mọi thứ sẽ rất dễ trở nên rối rắm, ngay từ những suy nghĩ, tính toán trong đầu óc của bạn cho đến việc tổ chức, điều hành công việc cũng như ứng xử với mọi người chung quanh. Đúng như khuynh hướng thông thường vẫn được thể hiện qua cụm từ "bận rộn".

Thật vậy, khi bạn phải liên tục xoay trở, xử lý rất nhiều công việc trong một khoảng thời gian quá ngắn, có nghĩa là lúc nào cũng "bận" thì thật khó để có thể giữ cho đầu óc được tỉnh táo, sáng suốt, không "rộn" lên vì mớ bòng bong của công việc!

Tuy nhiên, khuynh hướng "bận rộn" này thật ra lại cũng chỉ là một thói quen lâu ngày mà thôi. Nếu chúng ta có thể sáng suốt nhận ra điều này thì ta vẫn có thể giữ mình "bận" mà không "rộn". Để làm được điều đó, chúng ta cần phải hiểu được vì sao mà "bận và rộn" lại rất thường đi đôi với nhau.

Thật ra thì bản thân việc phải xử lý nhanh và liên tục nhiều công việc không dẫn đến sự rối rắm trong suy nghĩ và ứng xử của chúng ta. Vấn đề nằm ở chỗ là khi có nhiều việc để làm thì chúng ta luôn nảy sinh khuynh hướng nôn nóng muốn hoàn tất mọi việc cho thật nhanh, kèm theo với sự lo lắng là một phần công việc nào đó sẽ không kịp hoàn thành trong thời gian đã định.

Thật không may là khuynh hướng nôn nóng cũng như sự lo lắng đó hoàn toàn không giúp đẩy nhanh tốc độ làm việc, mà ngược lại nó còn làm giảm đáng kể hiệu quả của việc làm. Hơn thế nữa, sự nôn nóng và tâm trạng lo lắng này lại chính là nguyên nhân dẫn đến sự rối rắm trong suy nghĩ và mọi hành vi ứng xử của chúng ta.

Vì thế, ngay cả khi bạn đang có rất nhiều việc phải làm trong một thời gian nhất định, điều khôn ngoan hơn vẫn là duy trì sự bình tĩnh, sáng suốt để giải quyết tốt từng sự việc mà không để nảy sinh tâm trạng nôn nóng. Bạn cũng không cần thiết phải lo lắng về việc không thể hoàn thành tất cả mọi công việc. Xét cho cùng thì thời gian và năng lực, tốc độ làm việc của bạn cũng như những người cộng sự của bạn đều là những yếu tố có giới hạn. Chỉ cần bạn đã cố hết sức mình, cho dù kết quả có không được như mong muốn cũng hoàn toàn không phải là điều đáng trách.

Nếu bạn làm được như thế, điều chắc chắn là tốc độ giải quyết công việc của bạn sẽ đạt được đến mức tối ưu. Hơn thế nữa, bạn cũng sẽ loại trừ được không khí căng thẳng trong môi trường làm việc, tạo điều kiện cho những người cộng sự của bạn dễ dàng làm việc tốt hơn, góp phần đẩy nhanh tiến độ công việc. Như vậy, rõ ràng là cho dù bạn không nôn nóng, không lo lắng mà công việc vẫn được tiến triển theo mức độ tốt nhất.

Ngược lại, sự nôn nóng và tâm trạng lo lắng luôn làm cho bạn mất đi sự bình tĩnh và sáng suốt. Vì thế, bạn không thể giải quyết công việc một cách có hiệu quả, đồng thời còn tạo ra bầu không khí căng thẳng trong môi trường làm việc, khiến cho các cộng sự của bạn cũng phải cảm thấy ngột ngạt và không thể làm việc một cách có hiệu quả nhất.

Vì thế, sự thật là ngay cả trong những lúc rất bận vì công việc bạn cũng không cần thiết và không nên để mình rơi vào khuynh hướng rối rắm, bởi vì điều đó hoàn toàn không có lợi cho công việc mà chỉ càng làm cho vấn đề càng trở nên tồi tệ hơn mà thôi. Bạn rất cần phải tiếp tục gia tăng khối lượng công việc theo như nhu cầu phát triển công việc đòi hỏi, nhưng đừng bao giờ rơi vào khuynh hướng bận rộn theo ý nghĩa như vừa được nêu trên.

Hãy tự biết mình

Niềm vui trong công việc trước tiên đòi hỏi sự hài lòng với công việc đang làm. Khi bạn phải làm một công việc không hợp với khả năng, chẳng hạn như một công việc quá dễ dàng so với năng lực của bạn, tất nhiên bạn có thể không hài lòng và sẽ mong muốn, thậm chí có quyền đề nghị, đòi hỏi một công việc ở cấp độ cao hơn, với phạm vi trách nhiệm và quyền hạn lớn hơn, cũng như mức lương cao hơn. Nếu nhận thức của bạn là hoàn toàn chính xác, yêu cầu của bạn sẽ là chính đáng và cần được đáp ứng, vì chỉ như thế bạn mới có thể phát huy được hết khả năng đóng góp của mình.

Thật không may là trong rất nhiều trường hợp bản thân chúng ta thường không tự đưa ra được những nhận xét khách quan về chính mình. Trong khi chúng ta nghĩ rằng năng lực của mình có thể đáp ứng những yêu cầu công việc cao hơn thì thực tế khách quan hoặc sự đánh giá của người khác lại hoàn toàn không phải như vậy. Trong những trường hợp này, tất nhiên là yêu cầu của chúng ta sẽ không được đáp ứng, và chúng ta sẽ tự làm khổ mình nếu như vẫn tiếp tục không hài lòng với công việc đang làm.

Không chỉ là vấn đề năng lực, chúng ta còn rất thường sai lầm khi tự đánh giá bản thân về nhiều khía cạnh khác nữa, nhất là về những ưu khuyết điểm trong công việc. Và một khi đã sai lầm trong việc tự đánh giá bản thân, chúng ta lại rất thường tiếp tục sai lầm khi không thể lắng nghe và chấp nhận những nhận xét, đánh giá khách quan của người khác. Và hệ quả tất yếu của những sai lầm này là chúng ta sẽ không bao giờ có thể hoàn thiện và phát triển năng lực thật có của mình.

Tự biết mình có nghĩa là luôn hiểu đúng về bản thân, biết rõ về những ưu khuyết điểm của chính mình. Điều này nghe ra có vẻ như đơn giản, nhưng thật sự lại không dễ dàng chút nào. Trừ khi chúng ta có được một quyết tâm cao trong việc học hỏi và rèn luyện bản thân, bằng không thì chúng ta rất khó đạt được đến chỗ tự hiểu biết chính mình.

Tự biết mình là điều kiện tất yếu đầu tiên để chúng ta có thể chọn lựa được một công việc thích hợp cho bản thân, và cũng là điều kiện tất yếu để chúng ta có thể đạt được sự hài lòng trong công việc. Rất nhiều người trong chúng ta phải trải qua những năm tháng dài không có niềm vui trong công việc chỉ vì đã không thực sự hiểu được năng lực của chính bản thân mình. Hoặc là chúng ta nuôi ảo vọng về một công việc vượt ngoài khả năng, hoặc là chúng ta bám víu vào một công việc vốn không thể phát huy hết năng lực của bản thân mình.

Tự biết mình sẽ giúp chúng ta nhanh chóng sửa chữa được những sai lầm, nhưng chúng ta không thể tự biết mình nếu không biết lắng nghe người khác. Nhờ biết lắng nghe và chấp nhận những nhận xét, đánh giá khách quan từ người khác, chúng ta mới có thể biết được cần phải thay đổi những gì trong phương thức làm việc hoặc trong cung cách ứng xử. Vì thế, biết lắng nghe người khác là điều kiện quan trọng giúp chúng ta có thể hiểu được rõ hơn về chính bản thân mình.

Rất nhiều người không hiểu được rằng việc tự biết mình là rất khó khăn và quan trọng. Sự thật là chúng ta không bao giờ có thể trong một sớm một chiều đạt đến chỗ hiểu rõ về chính mình. Tuy mới nghe có vẻ như một điều bất hợp lý, nhưng quả thật để hiểu rõ về chính mình bao giờ cũng là một công việc vô cùng khó khăn và đòi hỏi nhiều thời gian học hỏi cũng như rèn luyện. Nhưng một khi đã hiểu rõ về chính mình, chúng ta sẽ luôn có được sự tự tin cần thiết trong công việc, cũng như có thể nhanh chóng cải thiện công việc đang làm ngày càng tốt đẹp hơn.

Mỗi người chúng ta sinh ra vốn đã không toàn hảo. Năng lực, tri thức cũng như kinh nghiệm cá nhân của chúng ta về bất cứ vấn đề gì cũng đều có những giới hạn nhất định. Điều không may là chúng ta rất hiếm khi tự xác định được những giới hạn của chính mình. Vì thế, chúng ta cần đến những hoàn cảnh khách quan để bộc lộ những giới hạn đó, cũng như cần đến sự nhận xét, đánh giá của người khác để xác định được những điểm yếu kém của chính mình.

Nhưng không phải ai cũng có thể nhận ra được những giới hạn của bản thân mình qua sự bộc lộ trước hoàn cảnh khách quan hoặc nhờ vào những nhận xét, đánh giá của người khác. Để làm được điều đó, chúng ta cần phải tự rèn luyện cho mình một thái độ cởi mở trong giao tiếp, sẵn sàng lắng nghe ý kiến của người khác, ngay cả khi đó là những ý kiến chỉ trích hoặc phê phán. Hơn thế nữa, chúng ta còn cần phải có một nhận thức đúng về sự khiếm khuyết tất yếu phải có của bản thân, cũng như sự khao khát vươn lên phát triển và hoàn thiện khả năng của chính mình trong mọi hoàn cảnh.

Chúng ta thường rơi vào chỗ sai lầm khi tưởng rằng mình đã hiểu đúng được khả năng của chính mình. Thật ra điều đó chỉ có thể có được qua sự cọ xát với những môi trường làm việc và thử thách khác nhau, kết hợp với một thái độ nhận thức khách quan và sẵn sàng tiếp thu sự phê phán, đánh giá của người khác. Vì thế, một khi bạn nghĩ rằng đã có thể tự đánh giá đúng về bản thân mình, bạn cần nên xác nhận lại điều đó qua sự đánh giá của người khác, nhất là những người đang cùng làm việc với bạn mỗi ngày.

Tự hiểu biết về chính bản thân mình không chỉ là một phẩm chất cần có để phát triển năng lực, mà còn là điều kiện tất yếu để giúp bạn có được sự hài lòng trong công việc. Khi chúng ta không đánh giá đúng về năng lực thật có của mình, điều tất yếu là chúng ta sẽ luôn thất vọng trước sự đánh giá của người khác, đặc biệt là sự đánh giá của cấp trên mình trong công việc. Sự thất vọng thường xuyên như thế chắc chắn sẽ đốt cháy niềm vui của chúng ta trong công việc, khiến cho chúng ta luôn cảm thấy bực dọc và không thỏa mãn trong môi trường làm việc. Trong những trường hợp đó, ngay cả khi nhận được những điều kiện ưu đãi nhất chúng ta cũng vẫn không có được sự hài lòng! Và vì thế, những giọt mồ hôi của chúng ta sẽ chẳng bao giờ được nhỏ xuống trong một tâm trạng thanh thản và vui sống.

Chuyển hóa những cảm xúc tiêu cực

Trong sách "Hạnh phúc là điều có thật",[1] chúng ta đã có dịp đề cập đến nguồn năng lượng tinh thần tạo ra bởi những cảm xúc khác nhau trong cuộc sống. Chẳng hạn, sự ghen tức, căm thù hay giận dữ đều là những nguồn năng lượng mạnh mẽ. Khi những cảm xúc ấy phát sinh, chúng thúc đẩy ta suy nghĩ, nói năng và hành động với một sức mạnh khác thường. Một người khi rất tức giận có thể có những hành động vượt quá mức thông thường, chẳng hạn như trường hợp cậu bé Trần Quốc Toản bóp nát quả cam trong tay khi không được tham dự hội nghị Bình Than.[2] Khi một người đang ghen tức hay căm thù cũng vậy, họ có thể nói ra những lời hung hăng, suy nghĩ những điều như điên cuồng, và thực hiện những hành vi thô bạo đến mức hoàn toàn không tự chủ. Sức mạnh của những cảm xúc này được xem là tiêu cực, vì chúng luôn hướng đến sự hủy hoại, làm tổn thương chính bản thân ta và mọi người chung quanh. Thật ra, vì chúng hướng đến sự hủy hoại, nên khi bộc lộ ra càng mạnh mẽ thì chúng càng làm tiêu hao đi nhiều

---

[1] Hạnh phúc là điều có thật - Nguyên Minh, NXB Văn hóa Thông tin, 2004.

[2] Hội nghị Bình Than được triều đình nhà Trần triệu tập vào tháng 10 năm Nhâm Ngọ (1282) để bàn việc đối phó với nguy cơ xâm lược của quân Mông Cổ. Đối tượng dự hội nghị là tất cả các vương hầu và tướng lãnh triều đình. Hoài Văn Hầu Trần Quốc Toản khi ấy được theo hầu vua đến Bình Than nhưng không được phép tham dự hội nghị vì còn quá ít tuổi. Quốc Toản là người yêu nước nên rất tức giận vì không được dự hội nghị, đến nỗi trong tay đang cầm quả cam bóp nát lúc nào không hay. (Theo Đại Việt Sử Ký Toàn Thư, phần Bản Kỷ, quyển V, các tờ 42a, 42b và 43a)

năng lượng thể chất và tinh thần của chúng ta. Chính vì thế mà sau khi nguôi đi một cơn giận, ta thường có cảm giác mệt mỏi rã rời giống như vừa qua một buổi làm việc vô cùng căng thẳng.

Ngược lại, khi những cảm xúc như lòng thương yêu, sự cảm thông, chia sẻ... được sinh khởi, chúng tạo ra một nguồn năng lượng mạnh mẽ trong ta, thúc đẩy ta suy nghĩ, nói năng và hành động vượt hơn mức thông thường, với những ý tưởng, lời nói, việc làm luôn có chiều hướng xây dựng, giúp đỡ và xoa dịu đau khổ. Nguồn năng lượng tinh thần phát sinh từ những cảm xúc tốt đẹp này được xem là tích cực, luôn hướng ta đến sự vươn lên hoàn thiện tâm hồn và làm giảm nhẹ mọi thương tổn. Với nguồn năng lượng tinh thần này, chúng ta thường có thể làm được rất nhiều việc mà không thấy mệt mỏi, mất sức. Khi quan sát hoạt động của những nhân viên Hồng thập tự, chúng ta sẽ có thể dễ dàng nhận ra điều này. Với lòng thương yêu, họ có thể vui vẻ làm việc một cách tích cực trong nhiều ngày không mệt mỏi khi cần phải cứu giúp những người bị nạn.

Theo ý nghĩa này, hầu hết mọi cảm xúc của chúng ta đều có thể được phân chia vào hai nhóm tiêu cực và tích cực. Khi một cảm xúc tạo nguồn năng lượng thúc đẩy sự xây dựng, giúp đỡ và làm giảm nhẹ khổ đau, chúng ta biết cảm xúc đó thuộc loại tích cực. Ngược lại, khi một cảm xúc làm tiêu hao năng lượng, thúc đẩy sự hủy hoại và gây thương tổn, chúng ta biết cảm xúc đó thuộc loại tiêu cực.

Qua đây chúng ta có thể dễ dàng thấy được là việc nuôi dưỡng những cảm xúc tích cực có thể xem là một yếu tố quan trọng để có được cuộc sống hạnh phúc. Ngược lại, sự phát triển của những cảm xúc tiêu cực chắc chắn sẽ mang lại thêm nhiều khổ đau cho cuộc sống. Vấn đề ở đây là, việc nuôi dưỡng những cảm xúc tích cực và chuyển hóa những cảm xúc tiêu cực trong môi trường làm việc - với sự tiếp xúc nhiều đối tượng khác nhau - luôn gặp phải nhiều khó khăn hơn là trong môi trường gia đình - nơi mà quanh ta chỉ có toàn những người thân thuộc.

Trong môi trường làm việc luôn có những yếu tố thúc đẩy sự phát triển những cảm xúc tiêu cực, chẳng hạn như sự mệt nhọc, sự bất đồng trong các mối quan hệ giao tiếp, sự thúc bách hay áp lực từ công việc, cũng như hàng loạt những vấn đề trái lòng nghịch ý không thể nào tránh khỏi. Tất cả những yếu tố đó luôn có khuynh hướng đẩy chúng ta vào sự phát triển những cảm xúc tiêu cực, và hầu hết chúng ta thường xem đó như một điều hoàn toàn tự nhiên nên rất ít khi nghĩ đến việc cần phải thay đổi, khắc phục. Nhiều người nói rằng họ luôn kiểm soát được những cơn nóng giận hay bực tức trong môi trường gia đình, nhưng lại không thể làm được điều này trong môi trường làm việc!

Trong thực tế, tuy không phải là việc dễ dàng nhưng sự chuyển hóa những cảm xúc tiêu cực trong môi trường làm việc là hoàn toàn có thể thực hiện được. Và tất cả những gì chúng ta vừa đề cập đến trong các phần đầu tiên của tập sách này đều là những nhận thức rất cần thiết để làm được điều đó.

Những cảm xúc tích cực và tiêu cực trong lòng ta thật ra không phải là những điều hoàn toàn trái ngược nhau. Chúng chỉ là những biểu hiện tính chất khác nhau của cùng một bản thể. Vì thế, sự thật là chúng ta không thể loại trừ các cảm xúc tiêu cực mà chỉ có thể chuyển hóa chúng thành những cảm xúc tích cực mà thôi.

Có một buổi chiều đẹp trời nào đó bạn có dịp dạo chơi trên con đường ven biển. Hãy nhìn ra mặt biển xanh mênh mông đang gợn lên những con sóng nhỏ dưới nắng chiều lấp lánh. Toàn bộ khung cảnh nên thơ như gợi lên trong chúng ta nguồn cảm hứng về một vẻ đẹp thiên nhiên hiền hòa và êm ả. Nhưng bạn có biết chăng, cũng chính mặt biển êm ả này vào những ngày giông bão sẽ nổi lên vô số những con sóng ngập đầu, gầm rú từ khơi xa cho đến khi vào tận sâu trong bờ cát rồi giận dữ bổ nhào xuống và cuốn phăng đi bất cứ vật gì ngăn đường chúng!

Những con sóng hiền hòa và hung dữ vốn có nguồn gốc không khác nhau, đều được hình thành từ mặt biển mênh mông kia. Tuy chúng rất khác nhau về hình thức biểu hiện cũng như tác dụng, nhưng chúng ta không thể loại bỏ một trong hai. Bởi nếu không có những con sóng hiền hòa thì cũng không thể có những con sóng hung dữ. Từ mặt nước biển kia đã sản sinh ra cả hai, nên chúng chỉ có thể cùng tồn tại hoặc cùng mất đi mà thôi.

Cũng tương tự như thế, những cảm xúc tiêu cực và tích cực cùng được sản sinh trong tâm hồn chúng ta, và chúng ta không thể diệt mất một trong hai. Nhưng chúng ta có thể chuyển hóa những cảm xúc tiêu cực trở thành tích cực, giống như vào những ngày trời yên bể lặng thì không ai có thể tìm thấy những con sóng hung hãn ngập đầu kia. Chúng đã trở nên êm ả dưới ánh nắng chiều hiền hòa và thơ mộng.

Trong thực tế thì quá trình chuyển hóa đó diễn ra như thế nào? Khi ta sắp nổi giận với một người đồng nghiệp vì anh ta đã không làm giúp ta một việc gì đó chẳng hạn. Đó là lúc giông bão sắp nổi lên và những con sóng hung hãn trong ta đang sắp được khơi dậy. Nhưng nếu ngay vào lúc ấy ta tỉnh táo nhận biết được điều này và không muốn để cho con sóng dữ ấy nhấn chìm mình trong cơn giận, chúng ta sẽ dừng lại và nhìn sâu vào sự việc một cách khách quan hơn. Ngay khi đó ta nhận ra những nguyên nhân khách quan đã khiến cho người bạn đồng nghiệp không thể thực hiện công việc mà ta nhờ cậy, mặc dù anh ta đã hứa giúp. Chẳng hạn như ta biết rằng đêm qua anh ta đã phải đưa con đi cấp cứu vì một cơn bệnh ngặt nghèo, và vì thế sáng nay anh đã đi làm rất trễ, và không có thời gian để làm giúp ta việc ấy. Cơn giận bây giờ không nổi lên trong ta nữa, thay vào đó là sự cảm thông với nỗi lo lắng của một người cha khi đứa con duy nhất của mình vẫn còn đang nằm trong bệnh viện. Thay vì phiền trách, bực tức, ta sẽ mở lòng ra chia sẻ nỗi lo lắng ấy và có thể sẵn sàng đề nghị giúp đỡ trong khả năng của mình. Như vậy, cơn giận không có điều kiện để nổi lên, nó đã được chuyển hóa thành sự cảm thông và chia sẻ!

Hầu hết những cảm xúc tiêu cực của chúng ta đều được phát sinh từ sự thiếu sáng suốt trong việc nhận thức vấn đề. Khi chúng ta nhìn vấn đề một cách phiến diện hoặc méo mó, không đúng thật, chúng ta rất dễ nảy sinh những cảm xúc tiêu cực. Chỉ cần nhìn sâu vào mỗi sự việc một cách khách quan và sáng suốt, chúng ta sẽ dễ dàng chuyển hóa được những cảm xúc tiêu cực trở thành tích cực, đơn giản chỉ vì đó mới chính là thái độ phù hợp với thực tế.

Mỗi con người quanh ta đều có những khiếm khuyết, những thói tật nhất định cần được cảm thông và tha thứ, nhưng đồng thời cũng luôn có những điểm tốt đẹp nào đó đáng để ta yêu mến và quý trọng. Nếu chúng ta có thể xuất phát từ nhận thức này thì sẽ không có bất cứ ai, bất cứ sự việc nào có thể làm cho ta nổi giận hay bực tức. Chúng ta sẽ dễ dàng rèn luyện được một tấm lòng vị tha, dễ cảm thông và tha thứ, và đây chính là một trong những điều kiện quan trọng để có được niềm vui trong công việc.

Bằng vào sự trải nghiệm trong thực tế, chúng ta có thể dễ dàng cảm nhận được tác hại do những cảm xúc tiêu cực mang lại. Nói chung, chúng có vẻ như thúc đẩy ta suy nghĩ, nói năng và hành động một cách mạnh mẽ hơn, nhưng sự mạnh mẽ đó lại làm tiêu hao đi năng lượng thể chất lẫn tinh thần, và chúng luôn gây ra sự tổn thương cho chính bản thân ta cũng như mọi người chung quanh.

Ngược lại, những cảm xúc tích cực luôn tạo ra trong ta một nguồn năng lượng tinh thần mạnh mẽ, thúc đẩy ta thực hiện những hành động cụ thể nào đó để giúp đỡ người khác, chia sẻ những khó khăn và xoa dịu khổ đau. Với nguồn năng lượng tinh thần này, ta có thể làm được rất nhiều điều có ích mà vẫn duy trì được một sự lạc quan vui sống, không bị rơi vào tâm trạng mệt mỏi, uể oải.

Vì thế, việc chuyển hóa những cảm xúc tiêu cực trở thành tích cực xét cho cùng cũng chính là một phương thức có thể giúp chúng ta gia tăng hiệu quả làm việc, và đồng thời làm cho những công việc mà ta đang thực hiện trở nên có nhiều ý nghĩa tốt đẹp hơn, bởi vì ta sẽ luôn có khuynh hướng nhắm đến những điều tốt đẹp, lợi ích hơn cho mọi người.

Chú tâm vào công việc

Khi chúng ta chỉ làm một công việc duy nhất, chúng ta rất dễ đạt được sự say mê trong công việc. Thật không may là trong thực tế chúng ta lại rất ít khi chỉ làm một việc duy nhất. Đôi khi chúng ta dành trọn thời gian trong ngày để làm một công việc đơn giản nào đó, nhưng thật ra lại không hoàn toàn chú tâm vào công việc đó. Vì thế, xét theo ý nghĩa này thì chúng ta chỉ có vẻ như đang làm một việc duy nhất, mà sự thật là trong khi làm việc đã phân tâm vào không ít những công việc khác, hay nói đúng hơn là những ý tưởng khác ngoài công việc ấy.

Mỗi ngày, mỗi tháng, mỗi năm chúng ta đều phải dành thời gian nhất định cho công việc. Vì thế, có những công việc ta đã làm ngày hôm qua, hoặc hôm kia, hoặc tháng trước... nói chung là trong quá khứ. Lại có những công việc ta sẽ làm vào lát nữa đây, hoặc chiều nay, hoặc ngày mai... nói chung là còn trong dự tính về tương lai. Khi chúng ta đang thực hiện một công việc trong hiện tại, ta rất thường bị cuốn hút một phần vào một trong những công việc đã qua trong quá khứ, hoặc những công việc sắp đến trong tương lai, thường là do có một mối liên hệ nhất định nào đó.

Mặt khác, chúng ta cũng rất thường bị phân tâm vào những vấn đề ngoài công việc, chẳng hạn như nghĩ đến những chuyện vừa xảy ra trong gia đình, vừa bắt gặp trên đường phố... Và chúng ta thường không xem sự phân tâm này là có gì sai trái. Bởi vì chúng ta vẫn đang thực hiện đủ số giờ làm việc trong ngày đó thôi!

Thật ra, nếu chúng ta làm việc không có sự chú tâm, đó là chúng ta chưa thực sự làm việc. Sự chú tâm vào công việc không chỉ giúp ta làm việc có hiệu quả hơn rất nhiều, mà còn chính là một trong những yếu tố quan trọng giúp chúng ta có được niềm vui trong công việc.

Khi bạn làm một công việc và để tâm suy nghĩ về những chuyện khác, công việc ấy sẽ không thực sự hiện hữu cùng bạn trong giây phút đó. Bạn không thể cảm nhận được bất cứ điều gì mà công việc ấy thực sự mang đến cho bạn. Trong thực tế, những lúc ấy bạn đang làm việc như một cái máy, và một cái máy thì tất nhiên là không thể cảm nhận!

Và vì không có sự cảm nhận nên bạn không thể thấy được là có gì đó khác biệt giữa một công việc này với một công việc khác. Điều đó cũng đồng nghĩa với việc bạn không thể cảm thấy vui thích hoặc say mê với bất cứ công việc nào. Sự vui thích và say mê chỉ có thể xuất hiện khi bạn chú tâm vào công việc và cảm nhận được những gì mà công việc ấy mang đến cho bạn, có nghĩa là bạn phải thoát ra khỏi sự cuốn hút của những vấn đề khác ngoài công việc.

Khi bạn chú tâm vào công việc, bạn sẽ rất nhanh chóng trở nên quen thuộc, thông thạo với công việc ấy. Và khi đã trở nên quen thuộc, thông thạo, bạn có thể dễ dàng vượt qua được những khó khăn trong công việc. Khi ấy, bạn sẽ có thể thực hiện công việc cũng tương tự như khi chơi một khúc nhạc hoặc đánh một ván cờ, nghĩa là với một niềm say mê và vui thích.

Sự phân tâm trong khi làm việc không chỉ là một thói quen mà hầu hết chúng ta vô tình mắc phải, đối với nhiều người thì đây còn là một giải pháp để giúp cho những giờ làm việc trôi qua nhanh hơn. Thay vì phải giải quyết tâm trạng buồn chán hoặc có ít hứng thú với công việc, họ lại lẩn tránh thực tế bằng cách dùng thời gian làm việc để lan man suy nghĩ về những điều mà họ cho là có hứng thú hơn!

Thật không may là giải pháp này không bao giờ giúp họ giải quyết được vấn đề. Ngược lại, công việc mà họ đang làm sẽ ngày càng bộc lộ sự yếu kém, thiếu hiệu quả, và do đó mà họ càng trở nên buồn chán hơn, thiếu hứng thú hơn nữa. Trừ khi họ chuyển sang một công việc khác, bằng không thì tình trạng này sẽ còn tiếp tục kéo dài và ngày càng trầm trọng hơn. Nhưng trong trường hợp việc thay đổi công việc là không thể được thì cách duy nhất để giải quyết vấn đề là họ phải học cách chú tâm vào công việc.

Tuy nhiên, trong thực tế thì việc chú tâm vào công việc cũng không phải là chuyện đơn giản hoặc dễ dàng. Đó là một kỹ năng quan trọng đòi hỏi sự học hỏi và rèn luyện qua một thời gian nhất định mới có thể đạt được. Nếu bạn không tin vào điều này thì ngay hôm nay bạn có thể thử thực hành việc chú tâm vào công việc để thấy được những khó khăn nào sẽ xảy ra với bạn.

Khi chúng ta bắt đầu những nỗ lực chú tâm vào công việc, điều trước hết là chúng ta thường sẽ nhận ra được sự phân tâm của mình khi làm việc như thế nào. Sẽ có rất nhiều dòng suy tưởng vẫn tiếp tục nảy sinh trong khi bạn làm việc, cho dù bạn đã quyết định là sẽ không suy nghĩ đến bất cứ điều gì ngoài công việc. Đó là một kiểu quán tính mà trước đây khi không lưu ý đến thì chúng ta hầu như không nhận ra. Giờ đây, ngay khi nhận ra được một dòng suy tưởng ngoài công việc vừa chợt đến, bạn chỉ cần mỉm cười nhận biết và buông bỏ nó để quay về chú tâm vào công việc.

Mặc dù chúng ta thường rất ít khi đạt được kết quả ngay trong những ngày đầu tiên, nhưng chỉ riêng việc nhận ra được sự phân tâm của mình cũng chính là một kết quả rất đáng khích lệ. Chúng ta cần có thêm thời gian kiên trì rèn luyện trước khi có thể đạt được sự chú tâm thường xuyên trong công việc. Tuy nhiên, để bù đắp cho những nỗ lực rèn luyện này, bạn chắc chắn sẽ bắt đầu nhận ra được nhiều khía cạnh thú vị đáng ưa thích trong công việc mình đang làm.

Và chính sự ưa thích này sẽ phát triển dần dần để trở thành niềm say mê trong công việc. Và sự say mê lại trở thành một nhân tố rất tích cực giúp bạn dễ dàng hơn trong việc tiếp tục chú tâm vào công việc.

Thật ra thì những lợi ích của sự chú tâm vào công việc không phải là một điều mới mẻ đối với con người. Cách đây hơn 2500 năm, đức Phật đã truyền dạy phép thiền định cho tất cả các đệ tử của ngài. Việc tu tập thiền định giúp con người có thể tập trung sự chú ý để kiểm soát được mọi ý tưởng, lời nói và việc làm của bản thân mình. Trạng thái tập trung tư tưởng này được gọi là sự định tâm, và có thể giúp chúng ta trở nên sáng suốt hơn trong mọi hoàn cảnh. Người tu tập thiền định có thể duy trì thường xuyên sự định tâm, và nhờ vào sự định tâm mà có thể quán xét thấu hiểu được những ý nghĩa sâu xa của đời sống.[1]

Chú tâm vào công việc cũng là một hình thức định tâm, dù là chỉ giới hạn trong công việc. Vì thế, tất nhiên là chúng ta cũng cần có sự rèn luyện kiên trì mới có thể đạt được sự chú tâm thường xuyên và tập trung cao độ. Tuy nhiên, chỉ cần chúng ta khởi sự nhận ra được lợi ích của sự chú tâm vào công việc và bắt đầu thực hành nó, chúng ta sẽ ngay lập tức có được những kết quả khả quan nhất định.

Để nhanh chóng đạt được sự chú tâm trong công việc, chúng ta có thể nhờ đến một vài phương pháp thực tập mà những người tu tập thiền định vẫn thường sử dụng. Đây là những phương pháp rất đơn giản nhưng vô cùng hiệu quả trong việc giúp chúng ta đạt được sự định tâm.

Để thực hành các phương pháp này, bạn chỉ cần dành ra mỗi ngày một thời gian khiêm tốn khoảng từ 10 đến 30 phút, thường tốt nhất là vào sáng sớm. Chẳng hạn, bạn có thể cố

---

[1] Để biết thêm về thiền học, quý độc giả có thể tìm đọc Sống thiền - Nguyên Minh, NXB Văn nghệ TP HCM, 2004.

gắng thức dậy sớm hơn thường lệ khoảng 20 phút và dành thời gian này cho việc thực tập. Tuy nhiên, nếu có sự bất tiện nào đó thì bạn cũng có thể thực tập vào buổi tối trước khi đi ngủ hoặc vào một giờ khác trong ngày. Điều quan trọng nhất là cần phải có được sự đều đặn và thường xuyên mỗi ngày.

Chọn một vị trí yên tĩnh nhất trong nhà, sao cho sẽ không có ai quấy rầy trong lúc bạn đang thực tập. Phòng khách hay phòng ngủ, phòng làm việc... tất cả đều có thể được, miễn là ở đó bạn không nghe thấy quá nhiều tiếng ồn cũng như chắc chắn sẽ không phải tiếp xúc với ai trong thời gian thực tập. Bạn cũng nên tháo dây ra khỏi máy điện thoại hoặc tắt chuông đi. Hầu hết các cuộc gọi đều có thể đợi đến sau thời gian đã tập luyện xong. Bạn nên hạn chế tối đa sự gián đoạn trong thời gian tập luyện.

Khi đã chọn được thời gian và địa điểm thích hợp, bạn bắt đầu ngồi xuống theo tư thế thoải mái nhất. Tốt nhất là ngồi trên một miếng đệm lót trên sàn nhà, nhưng cũng có thể ngồi trên ghế hoặc trên giường. Tư thế tốt nhất là bắt tréo hai chân theo kiểu ngồi kết già (bàn chân phải đặt trên đùi bên trái và ngược lại) hoặc bán già (chân phải đặt trên chân trái hoặc ngược lại). Bạn cũng có thể chọn cách ngồi trên ghế buông thông hai chân xuống nếu thấy thoải mái hơn. Ngồi cách nào cũng được, nhưng cần phải giữ lưng thẳng đứng và vững chãi, không tựa lưng ra sau hoặc để lưng cong về phía trước. Hai bàn tay đặt trên đùi hoặc trước bụng, lòng bàn tay ngửa lên.

Sau khi đã ngồi yên, bạn bắt đầu hít thở thật sâu khoảng 3 đến 5 lần và buông bỏ hết mọi suy nghĩ trong tâm tưởng. Vào lúc này, bạn cũng đồng thời buông xả toàn thân, hoàn toàn thư giãn, không còn dùng sức ở bất cứ cơ bắp nào. Sau khi đã khởi đầu với những hơi thở sâu, bạn bắt đầu trở lại với hơi thở bình thường, không có bất cứ một sự thúc ép hoặc kiềm chế nào, chỉ để cho hơi thở vào ra một cách hoàn toàn tự nhiên trong trạng thái thư giãn của toàn cơ thể.

Khi hơi thở trở nên điều hòa và nhẹ nhàng, bạn bắt đầu tập trung toàn bộ sự chú ý vào sự vào ra của hơi thở. Khi hơi thở vào, bạn nhận biết là hơi thở đang đi vào. Khi hơi thở ra, bạn nhận biết là hơi thở đang đi ra. Cứ tiếp tục như thế cho đến cuối buổi tập. Thời gian cho những buổi tập đầu tiên chỉ cần từ khoảng 5 đến 10 phút. Tuy nhiên, trong những buổi tập về sau, khi đã cảm thấy thật sự quen thuộc và thoải mái, bạn có thể tăng dần thời gian cho đến khoảng 30 phút.

Trong thời gian tập luyện, sẽ có nhiều lúc sự tập trung chú ý của bạn bị gián đoạn bởi những dòng tư tưởng khác nhau bất chợt khởi lên. Tuy nhiên, bạn không cần phải lo lắng về điều này. Chỉ cần nhận biết ngay sự gián đoạn ấy và quay lại tập trung chú ý vào hơi thở. Lâu dần, khả năng tập trung của bạn sẽ phát triển tốt hơn và những dòng tư tưởng khác sẽ ngày càng bị hạn chế ít hơn.

Phương pháp thứ hai cũng tương tự như phương pháp thứ nhất, nhưng khác một điều là trong khi tập trung chú ý vào sự vào ra của hơi thở, bạn cũng đồng thời đếm số từ 1 đến 10. Mỗi lần hơi thở vào và ra, bạn lại đếm một số. Từ một cho đến mười rồi trở lại một, cứ như thế cho đến cuối buổi tập. Việc đếm hơi thở như vậy thường có hiệu quả đối với những người có đầu óc quá năng động hoặc phải làm việc trong những môi trường nhiều sôi động.

Thời gian dành cho những buổi tập như trên tuy không nhiều, nhưng nếu bạn kiên trì tập luyện, khả năng tập trung sự chú ý của bạn sẽ gia tăng đáng kể. Nhờ đó, bạn sẽ có thể thực hiện việc chú tâm vào công việc một cách dễ dàng hơn. Ngoài ra, bạn cũng sẽ có khả năng suy nghĩ sáng suốt hơn, hiệu quả hơn, và điều đó mang lại lợi ích không chỉ trong công việc mà còn là cho cả cuộc sống của bạn nữa.

Giờ nào việc nấy

Trong khi một số người không tập trung sử dụng trọn vẹn thời gian làm việc cho công việc, thì một số khác lại rơi vào khuynh hướng ngược lại. Họ mang theo công việc đến bất cứ nơi nào, ngay cả khi về với gia đình hay những lúc giao tiếp cùng bạn bè thân hữu!

Nếu như mục tiêu duy nhất của đời sống chúng ta là những gì theo đuổi trong công việc thì khuynh hướng nói trên cũng chẳng có gì đáng nói. Điều không may là cho dù công việc có giữ phần rất quan trọng trong đời sống chúng ta nhưng vẫn không phải là tất cả! Nếu chúng ta để cho công việc chi phối vào mọi khía cạnh khác nhau của đời sống, sớm muộn rồi chúng ta cũng sẽ rơi vào những trạng thái mỏi mệt, chán nản và kiệt lực!

Chúng ta đã có dịp nói đến niềm say mê như một yếu tố để có được niềm vui trong công việc. Tuy nhiên, nếu bạn không đủ tỉnh táo thì sự say mê công việc sẽ có thể đi quá đà để biến bạn thành một con người chỉ biết có công việc.

Trong thực tế, hạnh phúc cuộc sống của chúng ta được xây dựng bằng nhiều yếu tố khác nhau. Trong số đó, sự thành công trong công việc đúng là có góp phần quan trọng, nhưng không phải là yếu tố duy nhất. Tình cảm và sự hòa hợp trong gia đình, những mối quan hệ giao tiếp xã hội, bạn bè, thân thuộc... tất cả đều cần phải được lưu tâm đúng mức để có được sự hài hòa và hỗ tương cho nhau mới có thể tạo thành một cuộc sống hạnh phúc thực sự.

Khi bạn mang công việc từ sở làm về nhà, bạn đã lấy đi mất một khoản thời gian dành cho gia đình, và đồng thời chính bạn cũng đánh mất đi khoản thời gian mà gia đình dành cho bạn. Nếu điều này chỉ thỉnh thoảng mới xảy ra, bạn có thể không nhận thấy tác hại của nó. Nhưng nếu đây là một việc thường xuyên, bạn có thể dễ dàng thấy ngay là tình cảm gia đình sẽ bị tổn thương đáng kể. Đơn giản chỉ là vì bạn đã đánh mất đi những cơ hội giao tiếp vốn đã ít oi trong cuộc sống gia đình, và cũng đồng thời tỏ ra không trân trọng tình cảm mà gia đình đã dành cho bạn. Phản ứng tất nhiên của mọi người trong gia đình là sẽ nguội lạnh dần tình cảm dành cho bạn, và hạnh phúc gia đình do đó mà chắc chắn sẽ bị xói mòn.

Chúng ta rất cần thực hiện tốt phần công việc của mình, nhưng không nên vì thế mà để công việc lấn sang các phạm vi khác của đời sống. Bạn không phải là một cái máy được làm ra chỉ để thực hiện công việc. Ngoài công việc ra, bạn cần có những môi trường tình cảm. Bạn cũng cần có điều kiện để khôi phục năng lượng đã mất sau những giờ làm việc. Vì thế, ngoài giờ làm việc ra bạn rất cần có những khoản thời gian dành cho bản thân và gia đình, cũng như những người thân khác. Nếu không có những khoản thời gian cần thiết này, hiệu quả làm việc của bạn chắc chắn sẽ không thể được duy trì, bởi không sớm thì muộn bạn sẽ cảm thấy hao mòn sức lực và không thể tiếp tục kéo dài công việc.

Vì thế, để duy trì được hiệu quả làm việc lâu dài, bạn nên tập cho mình một thói quen tổ chức công việc theo cách giờ nào việc nấy. Một khi đã rời khỏi nơi làm việc, hãy để lại mọi công việc cho đến phiên làm việc sau. Công việc có thể là quan trọng, nhưng những giờ "không làm việc" của bạn cũng quan trọng không kém. Bạn cần có sự kết hợp hài hòa và hợp lý cả hai thì mới có thể duy trì được hiệu quả làm việc một cách lâu dài.

Nghề nghiệp chân chánh

Một trong những quyết định quan trọng đầu tiên của cuộc đời chúng ta có lẽ là quyết định chọn lựa nghề nghiệp. Một số trong chúng ta có đủ may mắn để quyết định chọn lựa nghề nghiệp ngay từ khi còn ngồi ghế nhà trường, và được tiếp tục theo đuổi con đường mình đã chọn. Một số khác kém may mắn hơn, đôi khi phải thay đổi công việc nhiều lần hoặc phải làm những công việc mà mình không thực sự chọn lựa. Mặc dù vậy, quyết định chọn lựa nghề nghiệp của chúng ta bao giờ cũng có một ý nghĩa vô cùng quan trọng, vì cho dù thực tế có diễn ra như thế nào đi nữa thì nó vẫn luôn góp phần định hướng cho cả cuộc đời ta.

Chúng ta đã có dịp đề cập đến ý nghĩa và giá trị thực sự của công việc, qua đó thấy rằng không nên xem một nghề nghiệp là thấp hèn hoặc cao quý, bởi vì sự thấp hèn hay cao quý không phải là giá trị tự thân của nghề nghiệp mà chính là giá trị do mỗi người tạo ra qua công việc của mình.

Tuy vậy, chúng ta cũng không phủ nhận sự khác biệt nhất định của những nghề nghiệp khác nhau trong việc phụng sự con người. Có những nghề nghiệp cho phép ta trực tiếp giúp đỡ và tạo được ảnh hưởng tốt đến rất nhiều người, chẳng hạn như các thầy cô giáo, các y bác sĩ... Tất nhiên là những người làm các công việc này rất xứng đáng nhận được sự kính trọng và biết ơn của xã hội.

Nhưng sự thật là không phải ai cũng có thể chọn làm những nghề nghiệp như vậy. Và những người không theo đuổi được những nghề nghiệp như thế cũng không thể xem là không tốt. Đây chỉ là vấn đề năng lực khác nhau của mỗi người mà thôi. Có những người tốt nhưng không đủ năng lực để làm những nghề nghiệp tốt, ngược lại cũng có những người làm nghề nghiệp tốt nhưng chưa hẳn đã có nhân cách tốt. Bởi vậy, nghề nghiệp tốt và con người tốt có thể xem là hai vấn đề khác nhau.

Sự chọn lựa nghề nghiệp của chúng ta phải phụ thuộc vào năng lực bản thân, đó là điều tất nhiên. Bạn có thể rất ngưỡng mộ những người làm thầy thuốc và ao ước bản thân mình là một thầy thuốc. Nhưng nhiệt tình và lòng tốt của bạn chưa đủ để cho phép bạn trở thành thầy thuốc. Bạn cần phải có đủ khả năng thi đậu vào trường y, phải học tập tốt và chứng tỏ được năng lực của mình trong thời gian thực tập. Không có những điều kiện ấy, bạn không thể trở thành một thầy thuốc!

Vì thế, cho dù chúng ta phải chấp nhận những giới hạn của năng lực bản thân trong việc chọn lựa cho mình một nghề nghiệp, nhưng ngay trong phạm vi của những giới hạn đó chúng ta vẫn có khả năng chọn lựa cho mình một nghề nghiệp có thể mang lại lợi ích cho nhiều người khác.

Chọn lựa một nghề nghiệp sao cho vừa có thể nuôi sống bản thân và gia đình, lại vừa có thể góp phần giúp ích cho xã hội, mang lại lợi ích cho nhiều người khác, đó chính là khuynh hướng mà trong đạo Phật gọi là Chánh mạng.[1]

Khi chúng ta chọn lựa một nghề nghiệp chân chánh để nuôi sống bản thân và gia đình, chúng ta cũng đồng thời nuôi dưỡng được những giá trị tinh thần trong đời sống. Điều này rất quan trọng, bởi vì chúng ta không chỉ sống bằng những

---

[1] Chánh mạng (正命) là mạng sống chân chánh, hay nói dễ hiểu hơn là duy trì, nuôi sống thân mạng của chúng ta một cách chân chánh. Vì vậy, cũng thường được hiểu là nghề nghiệp chân chánh, bởi vì chính nghề nghiệp là phương tiện tất yếu mà chúng ta dùng để nuôi sống bản thân và gia đnh. Chánh mạng là một phần trong Bát chánh đạo. Quý độc giả có thể tìm hiểu thêm về Bát chánh đạo trong sách Vì sao tôi khổ - Nguyên Minh, NXB Tôn giáo, 2006.

giá trị vật chất mà luôn cần đến những giá trị tinh thần để có một cuộc sống thực sự an vui, hạnh phúc.

Cho dù là mọi nghề nghiệp xét cho cùng đều có những đóng góp xây dựng cho xã hội - trừ ra những nghề bất chánh vốn không được xã hội thừa nhận - nhưng chúng ta vẫn luôn có khả năng chọn lựa trong sự cân đối giữa lợi nhuận và ý nghĩa phục vụ người khác. Khi công việc của bạn mang lại lợi nhuận rất cao nhưng ít có ý nghĩa phục vụ người khác, bạn sẽ không nhận được nhiều giá trị tinh thần hơn so với một công việc tuy mang lại lợi nhuận thấp hơn nhưng có ý nghĩa phục vụ lợi ích cho nhiều người hơn. Chúng ta sẽ lấy ví dụ từ sự chọn lựa trong cùng một công việc để làm rõ hơn ý nghĩa này.

Khi bạn mở một cửa hàng bán lẻ chẳng hạn, bạn có khả năng chọn lựa các mặt hàng để bày bán. Một số mặt hàng chất lượng kém có giá rất rẻ và hiện đang được tiêu thụ mạnh, có thể mang lại cho bạn nhiều lợi nhuận, nhưng bạn biết chắc là người tiêu dùng sẽ gặp nhiều rắc rối sau một thời gian sử dụng, và do đó bạn quyết định không bán những mặt hàng này. Một số mặt hàng khác có giá bán cao hơn, với chất lượng tốt hơn nhưng chưa được người tiêu dùng biết đến, vì thế doanh số bán ra còn rất giới hạn. Mặc dù khi chọn bán các mặt hàng này bạn biết chắc là sẽ không thu được nhiều lợi nhuận, nhưng bạn đã cân nhắc đến lợi ích của người mua hàng và thấy là nên bán những mặt hàng này.

Trong trường hợp trên, bạn có hai chọn lựa khác nhau, dẫn đến sự cân đối khác nhau giữa lợi nhuận thu được và ý nghĩa phục vụ người khác. Trong hầu hết các trường hợp khác, bạn cũng sẽ có được khả năng chọn lựa tương tự như thế.

Khi chúng ta luôn nghĩ đến lợi ích của người khác trong khi thực hiện công việc của mình, nghề nghiệp của chúng ta sẽ được xem là chân chánh, và luôn có khuynh hướng nâng cao thêm các giá trị tinh thần vốn có của bản thân ta. Ngược lại, khi chúng ta luôn có khuynh hướng chạy theo lợi nhuận và bất chấp lợi ích của người khác, chúng ta sẽ hạ thấp giá trị của công việc đang làm, và cũng đồng thời đánh mất đi những giá trị tinh thần vốn có của bản thân.

Có thể diễn đạt điều này một cách hình tượng hơn là giống như khi chúng ta chọn lựa giữa việc chuẩn bị cho một bữa ăn và giấc ngủ. Khi bạn chọn ăn nhiều hơn, bạn sẽ khó lòng có được một giấc ngủ ngon. Ngược lại, bạn có thể ăn ít hơn đôi chút nhưng lại có được một giấc ngủ rất ngon. Đó là khi bạn biết chắc rằng công việc mình đang làm sẽ mang lại lợi ích cho rất nhiều người khác.

Thay lời kết

Thật không dễ dàng chút nào khi phải đề cập đến một chủ đề quá rộng và phức tạp như sự thanh thản trong công việc. Trong số những người mà tôi đã tiếp xúc và trao đổi, không ít người đã bày tỏ sự hoài nghi ngay khi nghe nói đến một chủ đề như vậy: "Thanh thản ư? Nếu anh muốn có được sự thanh thản thì tốt nhất là đừng đến sở làm!"

Quả thật là công việc luôn tiêu tốn của chúng ta rất nhiều năng lượng, cả tinh thần lẫn vật chất. Và phần lớn mọi người thường chấp nhận sự mệt nhọc luôn đi kèm với những tâm trạng tiêu cực, những trạng thái buồn phiền hay bực dọc. Cách giải quyết vấn đề đối với hầu hết chúng ta là đợi cho đến khi sự mệt nhọc qua đi và lấy lại tâm trạng bình thường sau một thời gian ngơi nghỉ. Thật không may là vào những khi công việc nhiều căng thẳng, sự mệt mỏi vì công việc của chúng ta có thể kéo dài rất lâu, và thậm chí chúng có thể xuất hiện gần như mỗi ngày!

Sự thật là chúng ta hoàn toàn có thể vượt qua những ảnh hưởng tiêu cực do công việc căng thẳng mang lại. Bản thân người viết vì không có đủ may mắn để duy trì một công việc duy nhất nên cũng đã từng phải trải qua nhiều môi trường làm việc khác nhau, từng nếm trải những sự mệt nhọc về thể xác cũng như về trí não. Chính từ trong những môi trường làm việc khác nhau đó mà những gì trình bày trong sách này đã được hình thành.

Người viết không nghĩ rằng những ý tưởng được đưa ra ở đây sẽ hoàn toàn phù hợp với suy nghĩ của tất cả bạn đọc, nhưng sự chia sẻ kinh nghiệm thực tiễn bao giờ cũng là điều cần thiết đối với bất cứ ai trong chúng ta. Vì thế, tập sách này được viết ra như một sự ghi nhận những kinh nghiệm và nhận thức cá nhân, nhằm chia sẻ với bạn đọc những gì mà người viết tin là có lợi cho đời sống. Qua đây, người viết hy vọng là có thể mang lại ít nhiều lợi ích cho những ai đã và đang cảm thấy quá nhọc nhằn trong công việc. Người viết xin chân thành đón nhận mọi sự trao đổi, góp ý từ quý độc giả gần xa về chủ đề hết sức thiết thực này.

MỤC LỤC

THAY LỜI TỰA 5
Mục đích của công việc 13
Những điều trông thấy mà đau đớn lòng 19
Giết người đi thì ta ở với ai... 29
Buông bỏ gánh nặng 37
Giá trị của đồng tiền 43
Chấp nhận nghịch cảnh 51
Không chỉ là công việc 55
Giọt mồ hôi thanh thản 61
Đừng bao giờ bận rộn 67
Hãy tự biết mình 71
Chuyển hóa những cảm xúc tiêu cực 75
Chú tâm vào công việc 81
Giờ nào việc nấy 87
Nghề nghiệp chân chánh 89
Thay lời kết 93

www.ingramcontent.com/pod-product-compliance
Lightning Source LLC
LaVergne TN
LVHW020428080526
838202LV00055B/5072